புறாக்களை எனக்குப் பிடிப்பதில்லை

புறாக்களை எனக்குப் பிடிப்பதில்லை
லாவண்யா சுந்தரராஜன் (பி. 1971)

திருச்சி மாவட்டத்திலுள்ள முசிறியில் பிறந்தார். பெங்களூரில் வசிக்கிறார். மென்பொருள் நிறுவனமொன்றில் தலைமைப் பொறியாளராகப் பணிபுரிகிறார்.

'நீர்க்கோல வாழ்வை நச்சி' (2010), 'இரவைப் பருகும் பறவை' (2011), 'அறிதலின் தீ' (2015) ஆகியவை இவரது கவிதைத் தொகுப்புகள்; 'காயாம்பூ' (2022) எனும் நாவலும் வெளிவந்துள்ளது. இந்நூல் இவரது முதல் சிறுகதைத் தொகுப்பு.

மின்னஞ்சல் : *lavanya.sundararajan@gmail.com*

வலைத்தளம் : *uyirodai.blogspot.com*

லாவண்யா சுந்தரராஜன்

புறாக்களை எனக்குப் பிடிப்பதில்லை

காலச்சுவடு பதிப்பகம்

அன்பார்ந்த வாசகருக்கு,

வணக்கம்.

காலச்சுவடு நூலை வாங்கியமைக்கு நன்றி.

நூலின் உள்ளடக்கம், உருவாக்கம், அட்டைப்படம் இன்ன பிற அம்சங்கள் பற்றிய உங்கள் கருத்துகளையும் ஆலோசனைகளையும் காலச்சுவடு வரவேற்கிறது. தகவல், எழுத்து, வாக்கியப் பிழைகள் தென்பட்டால் கட்டாயம் தெரிவித்து உதவுங்கள். நூல் தயாரிப்பில் கடும் குறைபாடு இருப்பின் மாற்றுப் பிரதி உங்களுக்குக் கிடைக்கக் காலச்சுவடு ஏற்பாடு செய்யும்.

மின்னஞ்சல்: publisher@kalachuvadu.com

காலச்சுவடு நாகர்கோவில் தலைமையகத்துக்கும் கடிதம் அனுப்பலாம்.

தங்கள்

எஸ்.ஆர். சுந்தரம் (கண்ணன்)

பதிப்பாளர் — நிர்வாக இயக்குநர்

புறாக்களை எனக்குப் பிடிப்பதில்லை ❖ சிறுகதைகள் ❖ ஆசிரியர்: லாவண்யா சுந்தரராஜன் ❖ © லாவண்யா சுந்தரராஜன் ❖ முதல் (குறும்) பதிப்பு: ஆகஸ்ட் 2019, நான்காம் (குறும்) பதிப்பு: ஜூலை 2022 ❖ வெளியீடு: காலச்சுவடு பப்ளிகேஷன்ஸ் (பி) லிட்., 669, கே.பி. சாலை, நாகர்கோவில் 629001

puRaakkaLai enakku piTippatillai ❖ ShortStories ❖ Author: Lavanya Sundararajan ❖ © Lavanya Sundararajan ❖ Language: Tamil ❖ First (Short) Edition: August 2019, Fourth (Short) Edition: July 2022 ❖ Size: Demy 1 x 8 ❖ Paper: 18.6 kg maplitho ❖ Pages: 128

Published by Kalachuvadu Publications Pvt. Ltd., 669 K.P. Road, Nagercoil 629001, India ❖ Phone: 91-4652-278525 ❖ e-mail: publications @kalachuvadu.com ❖ Printed at Clicto Print, Jaleel Towers, 42 KB Dasan Road, Teynampet Chennai 600018

ISBN: 978-93-88631-81-5

07/2022/S.No. 913, kcp 3664, 18.6 (4) 1k

அப்பாவுக்கு

பொருளடக்கம்

முன்னுரை: பின்னல் சித்திரங்கள்	11
என்னுரை	15
முற்றத்து அணில்	17
சின்ன லட்சுமி	27
அப்பா	35
சப்தபர்னி மலர்கள்	42
சில்லறை	51
யூனிபார்ம்	63
புறாக்களை எனக்குப் பிடிப்பதில்லை	72
விடுபூக்கள்	82
பூ மரம்	95
பயணங்கள்	105
செண்பா சித்தி	116

முன்னுரை

பின்னல் சித்திரங்கள்

புனைகதை என்பது தொடர்ச்சியாகப் பொய்களை நெய்து ஒரு மகத்தான உண்மையைக் கண்டடைவது. ஆப்கானிய எழுத்தாளர் கலீத் ஹொசைனியின் புனைவெழுத்துக் குறித்த இந்தப் பார்வை ஒரு செவ்வியல் வரையறை. புனைவெழுத்தாளரது நெய்யும் பாங்கில் பின்னப்படும் கற்பனைகள் ஒரு வெளிச்சத்தை வந்து சேருகின்றன. அந்த வெளிச்சம் அல்லது உண்மை ஒரு அகதரிசனமாகவோ, மனப்புரட்டலாகவோ அல்லது அதன் பின்னால் இன்னும் கூடுதல் வெளிச்சமிருக்கும் ஓர் இருண்ட வாயிலுக்கான திறப்பாகவோகூட இருக்கலாம். இறுதிச் சித்திரம் பின்னலில்தான் இருக்கிறது எனும்போது கதைகள் பின்னப்படும் விதமே பிரதானமாகிறது.

லாவண்யா சுந்தரராஜனின் பதினொரு கதைகள் அடங்கிய 'புறாக்களை எனக்குப் பிடிப்பதில்லை' என்னும் இத்தொகுப்பின் பெரும்பாலான கதைகள் நகர்ப்புறம் சார்ந்த நடுத்தர அல்லது மேல் நடுத்தர குடும்பத்துப் பெண்களது அகவுலகை நமக்குக் காட்டுபவை. பூ விற்கும் பெண்ணும் கிராமத்து விவசாயக் குடும்பத்துப் பெண்ணும் மையப் பாத்திரங்களாக அமைந்த கதைகளும் உண்டு என்றபோதும் மேற்சொன்ன அடையாளமே தொகுப்புக்கு அதிகம் பொருந்தி வருகிறது. இக்கதைகளை வாசிக்கையில் சம்பவங்கள் ஊற்றுப்போலப் பெருகியபடியிருக்க அதனிடையே கதைமாந்தர்கள் உலாவியபடியும் இடைவிடாது பேசியபடியும் இருப்பதுபோன்ற ஒரு சித்திரம்

11

மேலெழுந்து வருகிறது. தம்போக்கிலான இம்மனிதர்களையும் சம்பவங்களையும் கதையாசிரியர் பின்னியிருக்கும் விதத்தில் இவை சமகாலத்தின் முக்கியமான சிறுகதைகளாகியிருக்கின்றன.

'சப்தபர்ணி மலர்கள்' நுட்பமான சிறுகதை. அறிமுகமில்லாப் பெருநகரில் ஒரு பெண் சுற்றியிருக்கும் ஆண்கள் மட்டில் தன்னை மெதுவாக இயல்பாக நெகிழ்த்திக்கொள்வதை ஆர்ப்பாட்டமின்றிச் சொல்லும் இக்கதை ஆண்–பெண் உறவின் சூக்குமப் பரிமாணங்களைத் தொட்டுச் செல்கிறது. தான் ஏமாற்றப்பட்டதற்கு நீதிமன்றம் சென்று பரிகாரம் தேடும் சூழலில் இருந்தபடி ஒரு பெண் தன்னைச் சமூகம், உறவுகள், அரசு, அமைப்புகள் ஆகியனவற்றுக்குள் பொருத்திப் பார்த்துக்கொள்வதாக 'சில்லறை' கதை அமைந்திருக்கிறது.

இளம் கைம்பெண்ணான அண்ணிக்கும் திருமணமாகாத தம்பிக்குமிடையேயான உறவின் அர்த்தம் புரிந்தும் புரியாமல் குழம்பி சதா குமைச்சலுறும் பெண்ணை 'முற்றத்து அணில்' கதையில் திறம்படப் படைத்திருக்கிறார் லாவண்யா சுந்தரராஜன். இன்னொரு தளத்திலிருந்து பெண்ணின் அகச் சிக்கலைப் பேசும் கதையான 'பூமரம்' கதையாசிரியரின் லாகவமான கூறுமுறையில் குறிப்பிடத்தக்க கதையாகிறது. எல்லாவகையிலும் வெற்றிபெற்றுவிட்ட ஒரு பெண்ணின் அகந்தை தாய்மைப்பேறின்மை என்னும் விஷயத்தின்முன் சலனமுறுவதாகச் சொல்லுமிடம் சற்று நெருடலானது என்றபோதும் இதுபோன்ற இடங்களில் சமூக வழக்கின் தாக்கம் குறைத்து மதிப்பிட இயலாதது.

தனது எளிய கனவுகளுக்குள்கூட பொருந்திடாத, எப்போதும் தன்னிலிருந்து விலகியே நிற்கும், பொதுவாழ்வின் சாமர்த்தியங்கள் ஏதுமற்ற அப்பாவை அவரது மரணத்தின்போது நினைவுகூரும் ஒரு மகளின் நினைவேக்கங்களின் தொகுப்பாய் அமைந்திருப்பது 'அப்பா' சிறுகதை. தந்தை–மகள் உறவின் அதிகம் அறியப்படாத ஒரு பரிமாணம் இக்கதையில் காணக் கிடைக்கிறது. வண்ணப்படத்தின் நடுவே நகரும் கறுப்பு–வெள்ளை துண்டுக்காட்சிபோல காலத்தாலும் பேசுபொருளாலும் தனித்து அமைந்த கதைகள் 'சின்ன லட்சுமி', 'யூனிபார்ம்', 'விடுபூக்கள்' நேரடியாகச் சொல்லப்பட்ட கதையேயானாலும் அதில் பெண்ணின் பாடுகள் அசலாகப் பதிவாகியிருக்கின்றன. 'புறாக்களை எனக்குப் பிடிப்பதில்லை', 'செண்பா சித்தி' ஆகியன பெண் மனத்தின் அக அடுக்குகளைப் பூடகமாகக் காட்டிச் செல்லும் கதைகள். துண்டுதுண்டான சம்பவங்களைத் தொகுத்த 'பயணங்கள்' கதையும் முக்கியமானது.

தொன்மங்கள், வரலாறு, சமகால நிர்ணயங்கள் இவற்றை யொட்டிச் சமூகத்தில் பெண்களின் வகிபாகம் தொடர்ச்சியாக ஆய்வுக்கும் மதிப்பீட்டுக்கும் உள்ளாகும் நிலையில் அவர்களை அவர்களது அன்றாடத்தின் வெளிச்சத்திலும் இறுக்கத்திலும் பார்க்க விழைவனவாக லாவண்யா சுந்தரராஜனின் கதைகள் இருக்கின்றன. இக்கதைகளின் பெண்கள் – சப்தபர்னி மலர்கள் கதையின் நாயகியோ, செண்பா சித்தியோ, விஜயாவின் அண்ணியோ – தமது தேவைகளை அறிந்தவர்கள், குடும்பத்துள் எளிய புகார்களுடன் அல்லது புகார்களேயற்று உழல்பவர்கள்; அதேநேரம் தம்மைச் சுற்றியுள்ள தடுப்புக்களை உடைக் கிறோம் என்ற பிரக்ஞையின்றியே அவற்றை மெல்ல உடைத்து முன்னேறுபவர்கள். இந்த அன்றாடங்களின் வழியாக லாவண்யா சுந்தரராஜன் படைத்துக்காட்டும், உறவுச் சிக்கல்களும் உணர்ச்சி மோதல்களும் நிறைந்த பெண்கள் உலகை ஒருவர் நேசிக்காமல் இருக்க முடியாது. தொடர்ச்சியாகச் சம்பவங்களைப் பின்னிச் செல்வதினூடே தன் கதைகளைப் படைத்திருக்கும் லாவண்யா பெண்களின் மீறல்களை இயல்பாகக் கதைகளுள் பொதிந்திருக்கிறார். பின்னல்கள்வழி முடிச்சுக்களையல்லாமல் யதார்த்த சித்திரங்களைத் தீட்டியிருக்கிறார். சொல்லலில் முனைப்போ மொழிமீதான அதீத கவனமோ இன்றி எழுதப் பட்டிருக்கும் இக்கதைகள் யதார்த்தமாக அமைந்திருக்கும் அதேநேரம் வலுவான புனைவாக்கங்களாகவும் திரண்டு வந்திருக்கின்றன. இத்தொகுப்பு வழியாக கவிஞரான தன்னை ஒரு சிறுகதையாசிரியராக முன்வைக்கும் லாவண்யா சுந்தரராஜனின் முயற்சி வெற்றியடைந்திருக்கிறது.

விழுப்புரம்   **அசதா**
20-08-19

என்னுரை

பள்ளி, கல்லூரிக் காலந்தொட்டு வாசிப்பும் கவிதை, கதை எழுதும் பழக்கமும் இருந்தன. ஆனால் எங்கும் வெளியிட்டதில்லை. தோழிகள் மத்தியில் எழுதத் தெரிந்தவள் என்ற சிறு அங்கீகாரமே எனக்குப் போதுமான தாக இருந்தது. என்னுடைய படிப்பு தொழில் நுட்பம் சார்ந்தது என்பதால் தமிழ் இலக்கிய அறிமுகம் அதன் வழியே கிடைக்கவில்லை. திருமணத்திற்குப் பின்னர் மேல்படிப்பைத் தொடரும்போது ஒத்த இலக்கிய ரசனை கொண்ட நண்பர்கள் இயங்கும் கூகுள் குழுமம் ஒன்றில் நண்பர் நிலாரசிகன் என்னை இணைத்தார். அதிலிருந்து வலைப்பூவில் கவிதைகள் எழுதிவந்தேன். உயிர் எழுத்து இதழில் கவிதைகள் முதலில் பிரசுரமாகின. அதன் பின்னர் தொடர்ந்து பல இதழ்களிலும் வெளிவந்து பிறகு அவை தொகுப்புகளாகவும் வெளியாகின. கவிதையிலிருந்து அடுத்த நகர்வாகச் சிறுகதைகள் சில எழுதி வலைப்பூவில் பதிவிட்டேன். சிலவற்றை எழுதி நானே வைத்துக்கொண்டேன்.

2015 செப்டம்பர் மாதம் எனது மூன்றாவது கவிதைத் தொகுப்பு வெளிவந்த சமயம் நண்பர், பாதரசம் சரவணனின் இல்லத்தில் என்.ஸ்ரீராமைச் சந்திக்க நேர்ந்தது. அவர் எனது கதைகளை வாசித்து ஒவ்வொன்றையும் எப்படிச் சிறுகதை களாகச் செழுமைபடுத்தலாம் என்று சொல்லித் தந்ததோ டல்லாமல் தொடர்ந்து பேசி ஊக்கப்படுத்திக்கொண்டிருந் தார். அவர் உணர்த்திய விஷயங்களிலிருந்து முக்கியமாக எனக்குப் புரிந்தது நான் எழுதியிருந்தது எதுவும் சிறுகதைகள் அல்ல என்பதுதான். அதன் பிறகு அந்தக் கதைகளனைத் தையும் தூக்கிப் போட்டுவிட்டுப் புதிதாக எழுத ஆரம்பித்தேன். ஸ்ரீராம் அவற்றை வாசித்து எழுதியதைச் செறிவூட்டி உதவினார். அப்படி 2016 ஜனவரி தொடங்கி 2017 பிப்ரவரி வரைக்கும் ஐந்து கதைகள் எழுதியிருந்தேன். அவற்றில் ஒன்று *மலைகள்.காம்* இணைய இதழில் வெளியானது. இன்னொன்று *கபாடபுரம்* இணைய இதழில் வெளியானது.

எனது புனைகதைப் பயணத்தில் முக்கியமான நிகழ்வாக 2017 பிப்ரவரியில் அய்யம்பாளையம், சக்தி கல்யாண மண்டபத்தில் நிகழ்ந்த சிறுகதைப் பயிலரங்கம் அமைந்தது. அது எனக்குப் பெரிய திறப்பைத் தந்தது. அந்தப் பயிலரங்கத்திற்கு வருகை தந்திருந்த எட்டு ஆசான்கள் பா. மதிவாணன், சுகுமாரன், பெருமாள்முருகன், பாவண்ணன், க.மோகனரங்கன், களந்தை பீர் முகம்மது, குமாரநந்தன், கே.என். செந்தில் ஆகியோர். சிறுகதைகளின் பல்வேறு பரிமாணங்கள் குறித்தும் அதன் நுட்பங்கள் பற்றியும் விரிவாக உரையாடினார்கள். அதன் பிறகு மேலும் சில கதைகள் எழுதினேன். அப்படி எழுதிய கதைகளில் ஒன்று *காலச்சுவடு* இதழில் வெளியானது.

2017 நவம்பரில் பெங்களூரில் நடந்த மற்றொரு சிறுகதைப் பயிலரங்கத்திற்கு வந்திருந்த எம். கோபாலகிருஷ்ணன், சிறுகதையில் பொருட்படுத்திக் கவனிக்க வேண்டிய பல்வேறு அம்சங்கள் குறித்து விளக்கமாக அறிவுறுத்தினார். ஏற்கெனவே எழுதியிருந்த கதைகளையும் மீளவும் திருத்தி எழுதவைத்தார். அதில் நிறையக் கற்றுக்கொண்டேன். ஒவ்வொரு கதையையும் மீண்டும் எழுதும்போதும் அது புதிதாக வடிவம் கொள்வதை உணர்ந்தேன்.

2015 ஆகஸ்டில் மதுரையில் ஒரு வெளியீட்டு விழாவில் அசதாவைச் சந்திக்க நேர்ந்தது. அதன் பின்னர் அவ்வப் போது மின்மடலிலும் தொலைபேசியிலும் படைப்பு சார்ந்த உரையாடல்கள் தொடர்ந்தன. இச்சிறுகதைகளை வாசித்துச் செம்மைப்படுத்தியதில் அவர் பங்கும் கணிசமானது. அவரே இத்தொகுப்பிற்கு முன்னுரையும் எழுதியுள்ளார்.

மேற்சொன்ன அனைவரும் எனது கதைகளைச் செழுமையாக எழுத உதவியவர்கள். அவர்கள் அனைவருக்கும் நன்றி என்கிற சிறு வார்த்தையைச் சொல்லிக் கடன் தீர்க்கவியலாது.

இந்தத் தொகுப்பைக் காலச்சுவடு வெளியீடாகக் கொண்டு வரும் கண்ணனுக்கு நன்றி. நூலாக்கம் பெறுவதற்குள் நான் செய்த குளறுபடிகள், மாற்றங்களைப் பொறுமையுடன் கையாண்டு சரி செய்துகொடுத்த ஜெபா, பிரேமா இருவருக்கும், பிரதியை மெய்ப்புப் பார்த்து உதவிய பெ. குணசேகரன், அட்டையை வடிவமைத்துக் கொடுத்த ரோகிணி மணி, இறுதிக்கட்ட ஒருங்கிணைப்பைக் கடைசி நிமிடம் வரை செம்மையாகச் செய்து கொடுத்த பா. கலா ஆகியோருக்கும் எனது அன்பும் நன்றியும்.

பெங்களூர்   லாவண்யா சுந்தரராஜன்
20.08.2019

முற்றத்து அணில்

"எங்க தொத்திக்கிட்டுத் திரியுது பாரு, ஒவ்வொருமுறை பாக்கும்போதும் விழுந்துருமோன்னு பயமா இருக்கு," என்று சமையலறை ஜன்னல் அருகே தொங்கிக்கொண்டிருந்த ரங்கூன் மல்லியின் கிளையைப் பற்றி ஏறுவதும் இறங்குவதுமாய் விளையாடிய அணிலைப் பார்த்துச் சொன்னாள் விஜயா. "இன்னும் சோறு வைக்க நேரம் இருக்கே, அதுக்குள்ள ஏன் பறக்குது," என்று சொல்லிக் கொண்டே இலுப்பைச் சட்டியைப் பார்த்தாள். கத்தரிக்காயும், மாங்காயும் பருப்போடு சேர்ந்து கொதித்தன. மஞ்சளோடு கலந்து கரும்பச்சை வண்ணம்பூண்ட கத்தரிக்காய் புரண்டு திரும்பியது. "உன் தம்பி குணா பண்ணறது நல்லாவே இல்ல விஜி, இந்த இரண்டு மாசத்துல முப்பது நாப்பது வாட்டி உங்க அண்ணியோட வீட்டுக்குப் போயிருப்பான்." முன்பொருமுறை அம்மா இப்படிச் சொன்னாள். அப்போது வீட்டில் முருங்கைக்காய், கத்தரிக்காய், மாங்காய் போட்டு அம்மா வைத்திருந்த குழம்புதான் கொதித்துக்கொண்டிருந்தது. "தர்ஷினி பாப்பாவ பார்த்துட்டே இருக்கணும்போல இருக்கும்மா, அவனுக்கும் அப்படி இருக்கோ என்னவோ," என்று சொல்லி அம்மாவைச் சமாதானம் செய்தது இப்போது போலிருக்கிறது. குழம்பு வாசனை மூக்கைத் துளைக்கத் தொடங்கியது. வறுத்த கொத்தமல்லியோடு வரமிளகாயை மிக்ஸியில் போட்டாள். மிக்ஸியின் ஓசைக்குப் பதறிய அணில் தாவி, மழைநீர் சேகரிக்கப் போடப்பட்டிருந்த குழாயைப் பற்றிக்கொண்டு விரைந்து மேலேறியது.

அந்த அணிலின் பயத்தைக் கண்டு ஒருநிமிடம் மிக்ஸியை நிறுத்தி மீண்டும் ஓடவிட்டாள். கிர்ர்ரென்ற அதன் தன்மைக்கு மீறிய ஓசையோடு, "ஹரிணி குழம்புக்கு அரைக்கணும், இங்க வா கொஞ்ச தேங்கா திருவு." ஹரிணி மெதுவாக வந்தாள். "சட்டுன்னு வா. என்ன நெளிச்சிக்கிட்டு, குழம்பு கொதி வந்துருச்சி. வேகமா திருவு." மீண்டும் மிக்ஸியை ஓடவிட்டவள், குழம்பு வாசனை குறைவதைப் போலிருந்ததைப் பார்த்து அடுப்பைப் பார்க்க ஓடினாள். கொதி வருவது குறைந்து சிறுசிறு குமிழ்கள் மட்டும் வந்துகொண்டிருந்தன. குனிந்து அடுப்பைக் கவனித்தாள். அது மெல்லியதாக எரிந்தது. தணலை அதிகப்படுத்தினாள். ஆனால் அது 'பக் பக்' என்ற ஓசையோடு நின்றுபோனது. "கேஸ் தீர்ந்து போச்சுப் போல, என்னங்க" என்று சத்தம் வைத்தாள்.

வெளித்திண்ணை அருகிலிருந்த கேஸ் சிலிண்டரை மாதவன் உருட்டிக் கொண்டு வந்தான். சீரான ஓசை சிலிண்டரின் அடிப்பரப்பிலிருந்து எழுந்தது. அடுப்பிலிருந்த கவனம் தரையில் அமர்ந்து தேங்காய் துருவிக்கொண்டிருந்த மகள்மீது திரும்பியது. உடல் குலுங்க வேகமாய்த் தேங்காயைத் துருவும் மகளைப் பார்த்து, "எதுக்கு இந்தக் குலுக்கு குலுக்கற, கை மட்டும் வேகமா வேலை செய்தா போதாதா," என்று காட்டமாகச் சொன்னவளை ஹரிணி நிமிர்ந்து முறைத்தாள். "என்ன முறப்பு? முழிய நோண்டிருவேன், ஒழுங்கா இருக்கணும்" என்றதும், பதில் சொல்லாமல் மேலும் துருவத் தொடங்கினாள். சீராய் விழுந்த தேங்காய்ப் பூ, அன்று பரிமளா அண்ணி துருவியபோது விழுந்தது போலவே இருந்தது. புடவை நெகிழ முன் எழில் குலுங்க தேங்காய்த் துருவுவது மட்டுமே தன்னுடைய தவப்பணி என்பதுபோல அதில் மட்டுமே கவனமாய் இருந்தாள் அண்ணி. அப்போது அண்ணிக்கு உடல் பற்றிய எந்தப் பிரக்ஞையும், வீட்டில் பிற ஆடவர் தன்னைக் கவனிக்கக் கூடுமென்ற எண்ணமும் இல்லை. அவளை என்ன சொல்லித் தன் நினைவுக்குத் திருப்புவது என்று யோசித்த விஜயாவின் கண்கள் ஹாலில் இருந்த அப்பாவை நோக்கின. அவர் தலை தாழ்த்திச் செய்தித்தாளை வாசிக்கும் பாவனையைக் கொண்டார். "சேலை நழுவறதுகூட தெரியாம வேலை செய்ய எப்படித்தான் முடியுமோ?"

சிலிண்டரை மாற்றிக் கொண்டிருந்த மாதவன் விஜயாவிடம், "ஹரிணி சட்டையும் பாவாடையும்தானே போட்டு இருக்கா என்ன உளர்ற," என்றான். பதில் சொல்ல விரும்பாதவள்போல நின்றவளிடம் "என்ன யோசனை? கேஸ் சிலிண்டர் மாத்தியாச்சு, வேலையப் பாரு," என்றதும், அடுப்பைப் பற்றவைத்துத் துருவிய தேங்காயைத் தேவையான அளவு எடுத்து அரைக்கத் தொடங்கினாள். அங்கேயே கொஞ்ச நேரம் அம்மாவும் மகளும்

அரக்கப்பரக்க வேலை பார்ப்பதைக் கவனித்துக்கொண்டிருந்த மாதவனிடம் மிக்ஸியைப் பார்க்கச் சொல்லிவிட்டு மகளிடம் திரும்பி, "என்ன கனவு, மீதி மூடியையும் வேகமா திருவி முடி" என்றாள். "வேகமா திருவினா ஏன் வேகமா திருவறன்னு கேள்வி. மெதுவா செஞ்சா அதுக்கும் திட்டு," என்று தேங்காய்த் தட்டை எத்திவிட்டு வேகமாய் எழுந்துபோனாள் ஹரிணி. தேங்காய்ப் பூ வெளியே தெறித்து விழுந்ததும் விஜயாவுக்கு மேலும் வெறியேறியது. "இருடி நல்ல கொடுமக்கார மாமியார் கையில் உன்ன பிடிச்சிக் கொடுத்துடறேன்," என்றபடி தரையில் பரவியிருந்த தேங்காய்ப் பூவைச் சேகரிக்கலானாள். "அப்படியே வாயில போட்டேன்னா, அந்தமாரி வார்த்த வரலாமா?" என்றான் மாதவன்.

கோபத்தோடு வேகமாய்ப் போய்க் காற்றாடியைப் போட்டு, தொலைக்காட்சிப் பெட்டிக்கான மின்இணைப்பைத் தட்டினாள் ஹரிணி. "ஃபேன் போடாத ஹரிணி, விளக்கு அணைஞ்சிறப் போகுது," என்று சத்தமாகச் சொல்லியபடி சமையலறையிலிருந்து எட்டிப் பார்த்தாள் விஜயா. விளக்குச் சுடர் அல்லாடிக்கொண்டிருந்தது. எந்த இடத்தில் விளக்குச்சுடர் விறுவிறுவென்று அசைந்தாலும், அது திருமணம் முடிந்து வீட்டுக்குள் அடியெடுத்து வைக்கும்போது கையில் ஏந்திய விளக்குச் சுடரில் தேவதை போல் ஒளிர்ந்த பரிமளாவின் முகமே நினைவுக்கு வரும். "ஹரிணி ஃபேன் ஆப் பண்ணுன்னு சொல்றேன்ல, காதுல விழல?"

விஜயா ரசத்துக்குப் பூண்டை நசுக்கியபோது, முன்னர் ஒருநாள் அம்மா, "விட்டா என்னை இப்படி நசுக்கித் தூக்கிப் போட்டுருவா, நான் போயிட்டா எல்லா ஆட்டமும் போடலாமே அவளுக்கு, இது என்ன நல்ல குடி பொழப்பா, வீட்டுல மீச முளச்ச பையன் இருக்கானே அவன் முன்னாடி இப்படி ஆட்டம் போடலாமான்னு இல்லாம புருஷனோட அவ்வளவு நெளியறதும், கொஞ்சறதும் கண்றாவி. அந்த குணா கூறு கெட்டவன் முகஞ்சுளிக்கிறான். வீட்டுக்கு வரக்கூட கூசறான். என்னத்த சொல்ல? உங்கப்பாவே வாயப் பொளந்துக்கிட்டு பார்க்கறாரு. இவகிட்ட சொன்னா எனக்கு சூனியம் வைச்சிருவாளோன்னு பயமாயிருக்கு. எங்க அத்தை எங்க அப்பாவுக்கு அப்படித்தான் சூனியம் வைச்சது. உன் தாத்தா தன் தங்கச்சி நடவடிக்க சரியில்லன்னு ஒரு முற எங்க அத்தகிட்ட, 'ஊர் பொறுக்கி டைலர், அவன விட்டுரு. புருஷனோட ஒழுங்கா இரு'ன்னு கண்டிச்ச இரண்டாம் நாள் கெணத்துத் தண்ணிய முறச்சி பார்த்துக்கிட்டே இருந்தாரு. கொஞ்ச நாளைக்குள்ள முழுசா பைத்தியமாகி, தினம் விடியவிடிய ஊர்ற தண்ணிய

மோந்துமோந்து வெளிய ஊத்திக்கிட்டே இருப்பாரு. கிணத்துல குதிச்சிருவோம்ன்னு பயமா இருந்துச்சா தெரியல. இப்போ உங்கண்ணி கூட சண்ட போடற ஒவ்வொரு நாளும் எனக்கு அவ சூனியம் வச்சிடுவாளோன்னு பயமா இருக்கு," என்று சொன்னது நினைவுக்கு வந்தது. ரசம் கொதித்துவர அதைக் கிண்ணியில் எடுத்து ஊற்றிவைத்தாள். பீன்ஸ் பொரியலுக்குத் தேய்காய்த் துருவல் சேர்த்துத் தாளித்து இறக்கிவைத்தாள்.

சமையலை முடித்து விளக்கை அமர்த்தியவள் பூமாலை போட்டிருந்த தன் அம்மாவின் படத்தைப் பார்த்தாள். தாத்தாவைப் பீடித்த பைத்தியம்தான் அம்மாவையும் கொன்றது. நிறைப் பைத்தியமாகித் தாத்தா தூக்குமாட்டிச் செத்துப்போனார். பித்துப் பிடித்த அம்மா கிணற்றில் விழுந்து இறந்துபோனாள். தாத்தாவைப் போலவே அம்மாவும் தற்கொலை செய்துகொண்டது பரம்பரை வியாதியோ. எதை எடுத்தாலும் சந்தேகிக்கும் பரம்பரைக் குணம்தான் எங்கள் எல்லோருக்கும் இருக்கிறதோ? ஹரிணியைக் கண்டபடி திட்டுவது கூட அதே பரம்பரைச் சந்தேகக் குணம்தானோ என்று நினைத்தாள். கொஞ்சம் அழுது கண்கள் புடைத்திருந்த ஹரிணியிடம் போய் அமர்ந்தாள். வாஞ்சையாய்த் தலையைத் தடவிவிட்டாள். "ஒன்னும் வேணாம் போ," என்று கையைத் தட்டிவிட்டாள் ஹரிணி. "அம்மா கிச்சன்ல இருக்கும்போது கொஞ்சம் டென்சனா ஏதாவது சொன்னா கோவிச்சிக்கணுமா சொல்லு என் செல்ல ராஜாத்தி."

ஹரிணி சமாதானம் ஆகியும் ஆகாமலும் விஜயா மடியில் படுத்துக்கொண்டாள். விஜயாவும் கொஞ்சநேரம் தொலைக்காட்சியில் நினைவைத் தொலைத்தாள். திரைப்படம் ஒன்று ஓடிக்கொண்டிருந்தது. அதில் நோயாளிக்குச் செவிலி பெட்பேன் வைப்பது போல் காட்சி ஒன்று வந்ததும் ஹரிணி அலைவரிசையை மாற்றினாள். "ஏண்டி சேனல் மாத்தற? ஒழுங்கா ஒன்ன பாக்க விடமாட்ட." ரிமோட்டைச் சுழற்றியவாறே, "பேஷன்ட் சீன் போர், நீயும் மாமாவ நினைச்சி அழ ஆரம்பிப்ப." அடுத்த அலைவரிசையில் ஒருவனைச் சுற்றிப் பலர் அடித்துக் கொண்டிருந்த காட்சி ஓடியதும், மீண்டும் அலைவரிசையை ஹரிணி மாற்றினாள். இனிய பாடல் காட்சி ஒன்று தோன்றியது. விஜயாவின் தற்சமய மனநிலைக்குப் பொருந்தாத காதல் காட்சிகளோடு ஓடிக்கொண்டிருந்த பாடலில் கவனம் செல்லவில்லை. மனம் அலையத் தொடங்கியது.

அம்மாவைப் போல் நோய் முற்றிச் செத்திருந்தால் பரவாயில்லை. ராஜா மாதிரி நடமாடிக்கொண்டிருந்த

அண்ணன், வீட்டில் எல்லார் தேவைக்கும் ஓடிஉழைத்த அண்ணன், பின்கழுத்தில் அடிபட்டு தண்டுவடம் இயக்கம் பாதிக்கப்பட்டு படுத்த படுக்கையாக ஆவான் என்று யாருமே எதிர்பார்க்கவில்லை. "ஏன் அண்ணா எப்படி இப்படி ஆச்சி," என்று கதறியவளிடம், "பாப்பா விஷேசத்துக்கு நானும் குணாவும்தான் இலகட்டு எறக்கப் போனோம், குணா பஸ் மேல ஏறிட்டு இருந்தான். எங்கிருந்துதான் அவ்வளவு பெரிய டயர் விழுந்ததுன்னு தெரில்லம்மா, இப்படி என்னைப் படுக்க போட்டுருச்சே. ஒன்னுக்கு இரண்டுக்குக் கூடப் போக முடியல, இப்படியே எத்தனை நாள் படுத்துக் கிடக்கிறது," என்றவனின் கையைப் பற்றிக்கொண்டு "கவலப் படாதண்ணா" என்று ஆறுதல் சொன்னாள்.

அப்போது பொம்மைபோல எந்த முகச்சலனமுமின்றி வந்த அண்ணி, தன்னுடைய கணவனைத் தூக்கி அவன் தலையை மடிமேல் வைத்துக் கரைத்த சோற்றுக் கஞ்சியை ஊற்றினாள். மெல்ல இறங்கிய கஞ்சி சில நிமிடங்களுக்குப் பின்னர் இறங்க மறுத்தது. மருதாணி பூசிய அவள் விரல்கள் அழகாயிருந்தன. அந்த விரல்களையே வெறித்துப் பார்த்தாள் விஜயா. "கையில் மருதாணி போட்டுகிட்டா பெட்பேன் வைக்கிற எடுக்கிற வேலையெல்லாம் செய்யும்போது கிருமி தொத்தாம இருக்குமாம். என் காலேஜ்மேட் நளினி சொன்னா," என்றவள் "குணா" என்று குரல் கொடுத்ததும், பெட்பேனை எடுத்துக்கொண்டு வந்து வைத்தான் குணா. அண்ணனின் கண்களிலிருந்து நீர் வழிந்து இறங்கியது. பெட்பேன் நிறைந்தது. அதை எடுத்துக்கொண்டு அங்கிருந்து நகர்ந்தாள் அண்ணி. ஹாலிலிருந்து பின்கட்டுக்குச் செல்லும் வழியில் நிலைக்கால் அருகே இருந்த குறுகிய சந்து போன்ற பாதையில் பக்கவாட்டுச் சுவரில் சாய்ந்து ஒற்றைக் காலைச் சுவரில் முட்டுக்கொடுத்து நின்றிருந்தான் குணா. அண்ணி வருவதைப் பார்த்தும் அவன் விலகி இடம் தரவில்லை. நின்று நிதானிக்க நேரமில்லாதவள்போல அண்ணி பின்கட்டுக்குப் போனாள். குணாவின் மேல் அண்ணியின் உடல்படுகிறதா என்று அவளையே பார்வையால் பின்தொடர்ந்தாள் விஜயா. அண்ணி ஹாலைத் தாண்டிப் போனதும் அண்ணனைப் பார்த்தாள். அவரும் அப்படித்தான் பார்ப்பது போலிருந்தது. கொஞ்ச நேரத்தில் கைகளைத் துடைத்தபடி வந்த அண்ணி, விஜயா இருப்பது ஒரு பொருட்டே இல்லாத மாதிரி வேட்டியை விலக்கி டெட்டால் நனைத்த துணியால் துடைத்துவிட்டாள். அண்ணன் அப்படியே கூசிப்போனார். "நேத்து அரச்ச மருதாணி இருக்கு எடுத்துட்டுப் போறியா?" என்று சொன்ன அண்ணியின் குரலில்

புறாக்களை எனக்குப் பிடிப்பதில்லை

கலந்திருந்த உணர்வை என்னவென்று விஜயாவால் கண்டறிய முடியவில்லை.

அண்ணிக்கு அதிகநாள் கஷ்டம் வேண்டாமென்று நினைத்தாரோ என்னவோ, படுக்கையில் விழுந்த நாப்பத்தாறாம் நாள் உயிர் நீத்தார். அண்ணா இறந்த அன்று, சுவரில் சாய்ந்து, முழங்காலைக் கட்டிக்கொண்டு அமர்ந்து, அண்ணனின் உடலையே வெறுமனே வெறித்துப் பார்த்துக்கொண்டிருந்தவளிடம் போய், “அழுதுடுங்க அண்ணி,” என்று அழுத விஜயாவிடம், “அழுதா? அது வெறும் உடம்புடி. அழுதா தீருமா?” என்று நிதானமாகச் சொன்ன அண்ணியைப் பார்த்து ஒரு நிமிடம் வாயடைத்துப் போனாள். ஆற்றாமை அடங்காமல் தவித்தாள். இறுதி நீராட்ட அண்ணனின் உடலை வாசலில் மரத்தடியில் வைத்தபோது அண்ணாவின் தலைமேல் விழுந்து நழுவி முகத்தில் உரசித் தோள்மேல் விழுந்த பூக்கொன்றை மலர்களைப் பார்த்தாள். அவை மருதாணியில் சிவந்த அண்ணியின் விரல்களைப்போல வசீகரமாய் இருந்தன. அது இறுதியாக அண்ணன் தலையை வருடிக் கன்னங்களைத் தடவிக்கொடுப்பது போலிருந்தது. தண்ணீர் முத்துப் போல அதன் மேல் அலங்கரிக்க அதன் வசீகரம் மேலும் கூடியது. பின்னர் தண்ணீர் வேகமாக விழ நனைந்து தரையில் விழுந்து நீரோடு சேர்ந்து மிதந்து ஓடியது. அண்ணி அந்த மலர்களையே வெறிப்பதைக் கவனித்த விஜயாவுக்கு மீண்டும் அழுகை பொங்கி வந்தது.

கண்களைத் துடைத்துக்கொண்டு, ‘பழச நினைக்க வேண்டாம் என்றால் மனசெங்க நிக்கிது’ என்று மனத்துள் சொல்லிக்கொண்டே வாசிங்மெசினில் ஊறப்போட்டிருந்த துணிகளைக் கவனிக்கப் போனாள். சாயம் போகும் துணிகளை மட்டும் தனியாக எடுத்துவைத்திருந்தாள். “கண்ணு அப்பாவோட பனியன் நேத்துக் காட்டினேனே அத எடுத்துட்டு வா, என்ன கறை பட்டுச்சோ தெரியல, மெசின்ல போகல, இரண்டுமுறை போட்டுப் பார்த்துட்டேன்.” ஹரிணி அந்தப் பனியனை எடுத்துவந்தாள். “சேரக்கூடாததோடு சேர்த்துப்போட்டு துவைச்சாச்சி. இந்தக் கறை வந்து ஒட்டிக்கிடுச்சி. இதை எப்படித்தான் நீக்கி எடுப்பேன்னே தெரியல,” என்று தனக்குத்தானே சொல்லிக்கொண்டவளுக்கு வெள்ளை பனியனில் ஆங்காங்கே தூமை கறைபோல் படிந்திருந்ததை எப்படியாவது நீக்கிவிட வேண்டுமென்று வெறி வந்தது. நன்கு சோப்புப் போட்டு அழுத்தி அழுத்தித் தேய்த்துப் பார்த்தாள்.

அம்மாவுக்குப் பிறகு ஒரே வருடத்தில் அப்பாவும் போய்ச் சேர்ந்துவிட்டார். அண்ணி அண்ணனை விழியசைவில்

வைத்திருந்தாள். அப்பா இறந்த பின்னர் சொத்தைப் பிரிக்கலாம் என்று சொன்னபோது குணா, "மூனா பிரிச்சி அண்ணனுக்கு ஒரு பங்கும், அண்ணிக்கு இன்னொரு பங்கும், என் பங்க தர்ஷினிக்கும் கொடுத்திடலாம்," என்று சொன்னான். சொத்தைப் பிரிக்க வேண்டாம் என்று சொல்லாமல் சொல்வதுபோல இருந்தது அவன் செய்கை. அண்ணனும் அதற்கு ஒன்றும் பேசவில்லை. அம்மா சொன்னதுபோல அண்ணிக்குச் சொத்து பிரியக்கூடாது என்ற எண்ணம் மனத்தில் இருக்கிறதோ, அதை நினைத்துத்தான் குணா கல்யாணத்தைப் பத்தி எந்த அக்கறையும் இல்லாம அசட்டையாக இருக்காங்களோ என்று நினைத்தாள். துணிகளைப் பிழிந்து கொடியில் உலர்த்த உதவிக்கொண்டிருந்த மாதவனிடம் "எனக்கு வர கோபத்துக்கு ரெண்டுல ஒன்னு கேட்டுட்டு வந்துரலாம்ன்னு இருக்கு," என்றாள்.

"என்ன?"

"குணா எவ்வளவு நாளைக்கு அண்ணிக்குப் பண்ணையம் பார்ப்பான்?"

"எத்தன பொண்ணக் காட்டறது, பிடிக்கல கட்ட மாட்டேன்கிறானே."

"அவன் எப்படிக் கட்டுவான்?"

"ஹரிணி நீ உள்ள போ."

ஹரிணி கோபமாய் ரிமோட்டை எறிந்துவிட்டு, "இந்த வீட்டுல லீவு நாள்ல நிம்மதியா டிவிகூட பாக்க முடியல" என்று சொல்லிக்கொண்டே தனது அறை நோக்கிச் சென்றாள்.

"அப்படிப் பட்டுன்னு பேசிறாத விஜி."

"பின்ன சொந்தப் புத்தி இருக்கவன் இப்படி இருப்பானா? என்ன பொடி போட்டாளோ? அவங்க வீட்டு முன்ன போய் மானத்த வாங்காம இங்க மட்டும் பேசறேனே. அதப்பாருங்க. ஹரிணி சாப்பிட வா," என்றபடி சாப்பாட்டை எடுத்து உணவு உண்ணும் மேசைமீது வைத்தாள்.

"ஒருத்தர் உள்ள போன்னு சொல்லுவீங்க, அடுத்தவங்க உடனே வான்னு சொல்வீங்க. நான் என்னதான் பண்ணட்டும்?" ஹரிணி பிணக்கிக்கொண்டு அவள் அறையிலேயே இருந்தாள். மாதவன் சமாதானம் பேசி அழைத்து வந்தான். மீண்டும் டி.வியைப் போட்டு அதன்முன் அமர்ந்து சாப்பிடலானாள். "சாப்பாட்டு மேசை எதுக்கு இருக்கு," என்றாள் விஜயா. "ஏ ப்ளீஸ். அவ சாப்பிடட்டும் விடு. ஏற்கனவே செம கடுப்பில

புறாக்களை எனக்குப் பிடிப்பதில்லை   23

இருக்கா," என்றான் மாதவன். விஜயா பதிலெதுவும் உடனே சொல்லவில்லை. சாப்பிட்டு முடித்துத் தட்டைச் சுத்தம் செய்யப் போடப்போகும்போது, "ஹரிணிக்கு நல்லது கெட்டது நா சொல்லாம யார் சொல்ல முடியும் பின்னாடி" என்றாள்.

சாப்பாட்டை மீண்டும் எடுத்து அடுக்களையில் வைத்துக் கொண்டே "ஹரிணி ஒன்ரை மணி நேரம் நீட்டி நெளிச்சி சாப்பிட்டா மத்த வேலைய எப்ப முடிப்பேன்," என்றாள். தட்டை அலம்பினாள். அதைப் பாத்திரம் சேமிக்கும் இடத்தில் வைக்கும்முன் அதில் எப்போதும் பார்ப்பதுபோல முகம் பார்த்தாள். திருத்தமான புருவங்களுக்கு இடையில் பொட்டு தெரிந்தது. அதற்கும் மேலே கொஞ்சம் மஞ்சள் கீற்று அழகாய்த் துலங்கியது. அண்ணியிடமிருந்துதானே இந்த மஞ்சள் கீற்று வைக்கும் பழக்கம் வந்தது என்று நினைத்தாள். "பொட்டு மேல எல்லோரும் திருநீறு இல்ல குங்குமம்தானே வைப்பாங்க அண்ணி," என்று கேட்டபோது "நாம எல்லோராட்டமும் இருக்கணும்ன்னு இல்லை விஜி. நமக்கு என்ன பிடிச்சியிருக்கோ அப்படி இருக்கணும்" என்று எப்போதோ அண்ணி சொன்னது நினைவுக்குள் வந்தது.

பெரியக்கா வீட்டுக் கல்யாணத்தில், கல்யாணக் கும்பலில் எப்போதும் போல எடுப்பான அழகோடு தெரிந்தாள் அண்ணி. தன் வெளிர் மஞ்சள் நிறத்துக்குத் தகுந்தபடி பளீர் நிறத்தில் புடவையுடுத்தும் அண்ணி, இந்தமுறை சாம்பல் நிறப் பட்டுப்புடவை கட்டியிருந்தாள். அப்போது அண்ணன் இறந்து ஆறு மாதம்கூட ஆகியிருக்கவில்லை. வழக்கத்தைவிடக் கொஞ்சம் குறைவான நகை. ஸ்டிக்கர் பொட்டுக்கு மேல் வழக்கத்தை விட சின்னதாய் மஞ்சள் கீற்றிட்டிருந்தாள். தலையில் பூ வைக்காமல் வந்திருந்தவளிடம் அறியா குழந்தை பூத்தட்டை நீட்ட அதையும் கொஞ்சம் தயங்கிப் பின்னர் எடுத்துக்கொண்டாள். அதை வெகுநேரம் கையிலேயே வைத்திருந்தாள். தூரமாய் ஒரு தூணில் சாய்ந்து எப்போதும் நிற்பதுபோலத் தள்ளி நின்றுகொண்டிருந்தான் குணா. அண்ணியையும் தர்ஷினியையும் பஸ்ஸில் கூட வரவிடாமல் கார் எடுத்துக் கூட்டிக்கொண்டு வந்திருந்தானாம். "குணா உங்கண்ணிய கூட்டிட்டு வந்து உக்கார வைச்சிட்டுப் போனப்ப பாக்க சட்டுன்னு உங்கண்ணன பாக்கறாப்பிலயே இருந்தது. தர்ஷினி குணாவ அப்பான்னுதான் கூப்பிடுவாளா? பாவம்," என்று விஜயாவிடம் ஒருத்தி சொன்னதற்கு என்ன பதில் சொல்வதென்று புரியாத குற்றவுணர்வு பரவியது விஜயாவுக்கு.

ஞாயிற்றுக்கிழமை கொஞ்சம் ஓய்வாக மதியம் உறங்குவது வழக்கம். ஹரிணி அவள் அறையில் ஏதோ புத்தகம் படித்துக்

கொண்டிருந்தாள். மாதவனும் படுக்கையறையில் இருந்தான். ஞாயிற்றுக்கிழமைகள் உண்டு முடித்து ஓய்வெடுப்பதென்றால் பெரும்பாலும் ஹாலில் படுத்துவிடுவாள். கோடையின் வெம்மை தாங்க முடியாமல் படுக்கையறை குளிரூட்டிக்கு அடிபணிய வேண்டியிருந்தது. விஜயா படுக்கையறைக்கு வந்ததும், மாதவன் எழுந்து கதவையடைக்கப் போகையில் வேண்டாமென்றாள். சற்றே எரிச்சலானான் மாதவன். பருவமடைந்து ஓரளவு வளர்ந்துவிட்ட பெண் பிள்ளையை வீட்டில் அடுத்த அறையில் வைத்துக்கொண்டு பகல் நேரத்தில் உல்லாசமாக எப்படி இருக்க முடியும்? குணா வீட்டில் இருக்கும்போது அண்ணியும் ஆரம்ப காலத்தில் கஷ்டப்பட்டாள். அண்ணனுடன் அதீத நெருக்கத்தோடு இருப்பதை அம்மா குத்திக்காட்டும்போது எத்தனையோ முறை "அவங்க புருஷன், அவங்க அப்படி இருக்காங்க," என்று அம்மாவின் வாயை அடைத்திருக்கிறாள். ஆனால் குணா மனத்தில் என்னதான் இருக்கிறது? மாதவனால் தன் உடல் இச்சையை இத்தனை வயதுக்கு அப்புறமும் மட்டுப்படுத்த முடிவதில்லை. இரவோ பகலோ அவள் அருகிலிருந்தால் அவன் முறுக்கேறிய தாம்பு போல் ஆகிவிடுகிறான். குணா இந்த இளம்வயதில் எப்படி? வீட்டில் எப்போதும் குனிந்த தலை நிமிராது தட்டில் போட்ட சோற்றை மட்டும் வெறித்துப் பார்த்தபடி இருக்கும் குணாவின் சித்திரம் நினைவில் வந்துபோனது. ஜன்னல் வழியாகச் சரசரவென்று அணில் இறங்கிவந்த சத்தம் கேட்டது. அவள் வைத்த சாப்பாட்டை அது இந்த நேரம் கொறித்துக் கொண்டிருக்கும்.

சாயங்காலம் வீதித் திண்ணையில் காற்றாட அமர்ந்தாள் விஜயா. தெருவில் போன இளம்பெண் அண்ணியைப் போன்ற உடற்கட்டோடு இருந்தாள். திருமணம் முடிந்து வீட்டுக்கு வந்த அன்று எப்படி இருந்தாளோ அதேபோல் தான் இன்றும் இருக்கிறாள் அண்ணி. கொஞ்சம் கூட உடல் ஏறவில்லை, கட்டுக்கோப்பு கலையவில்லை. அண்ணியையும் தர்ஷினியையும் நடக்க விட்டால் ஒரே வகுப்பில் படிக்கும் தோழிகள் போலிருப்பார்கள். திருமணம் முடிந்து வீட்டு வாசல்படியை வலது கால் எடுத்துவைத்துக் கடக்கும்போது வசீகரமாய் ஒளிர்ந்த முகத்தில் மையல் கொண்ட அண்ணனை, கடைசி மூச்சு நீங்கும்வரை அந்த மோகத்திலிருந்து மீளாமல் கட்டிவைத்திருந்தாள். ஆனால் அந்த மகுடியாட்டத்தில் குணாவுக்கு என்ன அப்படியொரு பாம்பு மயக்கம். கடந்த மாதம் ஒருமுறை கல்யாணம் என்று ஆரம்பித்தபோதே, "அண்ணி இப்ப இருக்க நிலையில, நான் கல்யாணம் பண்ணி அவங்க கண்ணு முன்ன எப்படி? ஏடாகூடமாப் பேசாதே," என்றான்.

மாடியில் விளிம்பில் நின்ற அணில் அசட்டையாக எட்டிப் பார்த்து ஏறி இறங்கிக்கொண்டிருந்தது. சட்டெனச் சறுக்கியதில் பிடிதளர்ந்து விழப்போனது "அய்யோ" என்று அவளையே அறியாமல் விஜயா கத்தினாள். ஆனால் அணில் அருகிலிருந்த தொலைபேசிக் கம்பியை இலகுவாகப் பற்றி ஓட ஆரம்பித்தது.

"இப்படியே போனா ஊர்ல என்ன பேசுவாங்க? நா வேணும்னா நெருப்ப எறும்பு மொய்க்குமான்னு கேட்டுக்கலாம். ஆனா மத்தவங்க? இந்தக் கெட்ட பேர எப்படிப் போக்குவேன்?"

அடுத்த வீட்டு மரத்தின் வழி இறங்கிவந்த அணில் அவள் புலம்புவதைப் பரிதாபமாகப் பார்த்துவிட்டு, வாசலில் கிடந்த எதையோ எடுத்துக் கொறிக்கத் தொடங்கியது. இன்னும் நாலு வருஷம் வரைக்கும் குணாவுக்குக் கல்யாணம் ஆவலைன்னா? "நீ இவ்வளோ சொல்லிக் கேட்டானா? அவ்வளவு அக்கறன்னா ஹரிணியக் கட்டி வைக்கலாமே," அண்ணி சொன்ன வார்த்தைகளை நினைத்துப் பகீரென்றது.

எழுத்தாளர் இராஜகுரு நினைவு பரிசு பேட்டியில் தேர்வான கதை

***பேசும் புதியசக்தி*, செப்டம்பர் 2019**

சின்ன லட்சுமி

லட்சுமியின் கொம்புகளில் இருந்து ஒரு பச்சைப் பாம்பு சரசரவென ஊர்ந்து வாழைமரத்தின் மேலேறி வாழைக்குலையில் வந்து படமெடுத்து நின்றது. வாழைமரம் நெகுநெகுவென்று வளர்ந்திருந்தது. காய்கள் விடைத்துத் திமிறி நின்றன. பாம்பு பட்டென ஒரு காயைக் கொத்தியது. உடல் தூக்கி வாரிப்போட விழித்தெழுந்தாள் வேலாம்பா.

ம்மேய்யே...

லட்சுமியின் குரலா இது? வழக்கமான அழைப்பில்லை இது.

ம்மேய்யே... பயத்துடன் கத்துகிறது. என்னவோ சரியில்லை.

அருகில் உறங்கிக்கொண்டிருந்த செல்லப்பனை எழுப்பினாள்.

"ஏங்க ஏங்க."

"என்ன," முனகினான் செல்லப்பன்.

"வாளய பாம்பு கொத்திட்டாப்புல கெனாக் கண்டேன், படபடப்பா இருக்கு; வாங்க போய்ப் பார்த்துட்டு வந்திடலாம்."

"சும்மா கிறுக்காட்டம் பொலம்பாத, உனக்கு வாள மேல பைத்தியமா போச்சு, தூங்கு பேசமா."

பட்டிக்கும் வீட்டுக்கும் கூப்பிடு தூரமே. ஆனால் வீட்டிலிருந்து இரவில் நடக்கத் துணை வேண்டும். கையில் லாந்தர் எடுத்துக்கொண்டு போகலாமா என்று நினைத்து, கடிகார முள்ளை உற்றுப் பார்த்தாள். மணி இரண்டு ஆகியிருந்தது. கனவு அவள் உறக்கத்தை விரட்டிவிட்டிருந்தது.

வேலாம்பா நிலைகொள்ளாமல் வீட்டுக்குள் இங்கும் அங்குமாய் நடந்தாள். வயலின் விளைச்சலை நல்ல விலை வரும்வரை மூட்டையாக வீட்டிலேயே அடுக்கிவைத்திருந்த நடுக் கூடத்தில் உத்திரத்திலிருந்து தொங்கிய கயிற்றுக் கட்டில் பூனை தாவியோடியதில் ஊஞ்சல் போல் அசைந்து ஆடியது. “சனியன் எப்போ பாரு, மேல கட்டில் மேலயே போய்க் குடியிருக்கு என் உசுரெடுக்க. தெனம்தெனம் உறவுக்காரங்க வந்து இங்க உக்காந்து சாப்படற மாதிரி இத்தனை மெத்தைங்க, இப்படி ஆடி எல்லாம் கீள விளுந்துட்டா இருக்க வேலைக்கு அத வேற அடுக்கி வைக்கணும்.” முனகியபடியே சுவர் ஓரமாய்ச் சரிந்திருந்த மிளகாய்க் கூடையை நிமிர்த்தினாள். தரையில் கிடந்த கோணிச்சாக்கை எடுத்து உலர்ந்த வெங்காயத்தின் மீது போட்டாள். கூடம் முழுக்க வெங்காயத்தின் நெடி. “வருஷம் முச்சூடும் நெல்லும் பருத்தியும் கடலையும்ன்னு ஏதானும் ஒன்று பொட்டும் பொடிசுமா பிள்ளக படுக்கக் கூட இடமில்லாம அடச்சி கிடக்கு, பட்டில ஊட்ட கட்டிடலாம்ன்னா, இருக்க ஜோலிய விட்டு ஒறங்க வர இடத்துக்கு ஒய்யாரம் கேக்குதான்னு பேசுவாக, பேச்சுதான், வேலா புருஷன முடிஞ்சி வைச்சி இருக்கான்னு.”

வாசலில் நின்றாள். கலையாத இருட்டு. கண்களை இடுக்கிக் கிழக்குப் பக்கமாய் உற்றுப் பார்த்தாள். கொஞ்சம் வெளிச்சம் இருந்தாலும்கூட குஞ்சங்குலையான் கோயில் கண்ணுக்குப் படும். கண்ணை மூடினாள். மனதில் கோவிலின் மூன்று பகுதியும் வந்து போயின. நெருப்பாய் எரியும் சிவப்புப் பாவாடை இன்னுமொன்னு எடுத்து சாத்தறேன் ஏழுகன்னிமாரே மதுகாளியம்மாவே ஜென்ட சன்னியாசியாரே குஞ்சங்குலயானே! லட்சுமிக்கும் கன்னுகளுக்கும் ஒன்னும் ஆவாம பாத்துக்கோ. சின்ன லட்சுமி குல தள்ளியிருந்தா முத படயல குல கோவிலுக்கு மட்டும் நேந்து கிட்டேன் இது சரியான்னு சொல்லிக் காட்டிட்டீங்க. உங்க கோவிலையும் ஒரு படையலைப் போட்டுர்றேன் எல்லாரையும் பத்திரமா பார்த்துக்கோய்யா சாமி. வயலையும் கிணத்தையும் உம்ம நம்பி விட்டு வரேன் எப்போவும்,” இருட்டைப் பார்த்துப் பிதற்றியபோது கன்னத்தில் நீர் வழிந்தது.

“என்ன புள்ள பொலம்பிட்டே இருக்க, விடிஞ்சதும் போய்ப் பாக்கலாம் கொஞ்சம் ஒறங்கேன்.”

“ஆமா கல்யாணம் ஆகி வந்ததிலிருந்து பொலம்பதாம்ய்யா விட்டு இருக்க, எவ்வளவோ பிக்கலு பிடுங்கலு.”

“இப்போ உனக்கு என்ன குற வைச்சிட்டேன். ஏன் இப்படித் தொணதொணக்கிற, கொஞ்ச நேரம் ஒறங்க விடேன் காலைல வேல வெட்டி பாக்க வேணாமா?”

“ஆமா நான் பேசினா உமக்குத் தொணதொணப்பாதான் இருக்கும், பாகம் பிரிச்சப்ப கைல கழுத்துல போட்டு இருந்தத கழட்டிக் கொடுத்தபோதே இன்னும் கொஞ்சம் கஷ்டப்பட்டு வேற இடத்துல வீட்ட கட்டி மாடு கன்னு எல்லாம் ஒன்னா வைச்சிட்டு இருந்தா இந்தத் தூக்கம் கெட்ட பொழப்பு வருமா?

செல்லப்பன் மீண்டும் உறங்கிப் போயிருந்தான்.

“பங்காளிங்க வீட்டு பூதங்க எதுவும் பண்ணுதா, ஒரெட்டுப் போய்ப் பார்த்துட்டு வந்துடலாம்ன்னா ஒறக்கம் அவ்வளோ முக்கியமா போச்சா இந்தக் கேடுகெட்ட மனுஷனுக்கு?

திருமணமாகி வந்த புதிதில் மாமனார் மாமியார் இல்லாத குறைக்கு மற்ற மூன்று வீட்டுப் பெரிசுகளும் எதற்கெடுத் தாலும் பேசிக் குறை சொல்லிக்கொண்டிருந்த நிலையில் புதுப்பண்ணையார் வீட்டம்மா பவானிதான் வேலாம்பாவுக்கு ஆறுதல் சொல்லி வழிகாட்டுவாள். திருமணம் முடிந்து வீட்டில் அடியெடுத்து வைத்தவளுக்கு ஆரத்தி எடுக்கக் கூட யாருக்கும் மனமில்லாதபோது ஆரத்தி எடுக்கச் சொல்லி மூத்த பங்காளி வீட்டம்மா தேவியிடம் பவானி வற்புத்திச் சொன்னாள். அவளும் முகரைக்கட்டையைத் தோள்பட்டையில் இடித்துக்கொண்டு போய்விட்டாள். பின்னர் பவானியே ஆரத்தி எடுத்தாள். அத்தனை கூட்டத்தின் முன்னிலையில் சத்தமாக, “பொண்ணை அணைச்சி உள்ள கூட்டிட்டுப் போ,” என்று சொன்னது, பவானியின் கணவன் சூரப்பன் என்று மறுநாள் பவானி வீட்டில் விருந்துக்குப் போனபோது தெரிந்து நாணம் கொண்டாள். விருந்து தடபுடலாக இருந்தது. அவர்கள் வீட்டிலிருந்த போது சூரப்பன் தன்னை விழுங்கிவிடுவதுபோலப் பார்த்துக்கொண்டிருந்ததைக் கவனித்தபோது உள்ளுக்குள் பரவசமாய் இருந்தது. விருந்து முடிந்த புதுப்பெண்ணுக்கு வெற்றிலை, பாக்கு, தேங்காய் உள்ளிட்ட மங்கலப் பொருட்களை மடியில் நிறைத்தாள் பவானி. மனமும் நிறைந்த வேலாம்பா, வீடு திரும்பியபோது தேவி, “வெலங்காத வயித்துக்காரி வீட்டுல போய் முத சோறு திண்ணிட்டு, மடி நிறைச்சிட்டு வந்திருக்கா, குலம் வெளங்கும்; பணக்காரின்னா கூப்பிட்டா போயிடறதா? நல்லது கெட்டது யோசிக்கக் கூட தெரியாட்டா கேட்கணும்” என்று திட்டித் தீர்த்தாள்.

திருமணம் முடிந்த அடுத்தடுத்த ஆண்டுகளில் இரண்டு பிள்ளைகளைப் பெற்றுவிட்ட வேலாம்பாவுக்கு பவானிதான் பேருதவியாக இருந்து பிள்ளைகளைப் பார்த்துக்கொண்டாள். வயலில் வேலை இருக்கும்போதெல்லாம் பிள்ளைகளைப் புதுப்பண்ணை வீட்டில்தான் விட்டிருந்தாள் வேலாம்பா. புதுப்பண்ணை வீட்டில் இவள் பிள்ளைகளுக்கென்று தூளி

கட்டி வைத்திருந்தாள். செல்லப்பனிடம் பவானி பெருமையை எப்போதும்போலப் பேசிக்கொண்டிருக்கும்போது ஒருமுறை "இப்பெல்லாம் நம்ம வீட்டில இருக்கிற நேரத்த விட வயல்லேயும், சூரப்பன் வீட்டிலையும்தான் இருக்கப் போ," என்றான்.

பிள்ளைகளுக்கு மொட்டையடிக்கக் குலதெய்வக் கோவிலுக்குக் கூப்பிட்டபோது பவானி மட்டும் வந்திருந்தாள். அதற்கு இரண்டு வருடங்களுக்கு முன் குலக்கோவில் வந்தபோது பவானியும் சூரப்பனும் ஏதேச்சையாக அங்கே வந்திருந்தார்கள். சூரப்பன் குடும்பத்துக்கும் அதுவே குலதெய்வம். அப்போதுதான் வளைகாப்பு முடிந்திருந்தது வேலாம்பாவுக்கு. "உங்களுக்கு இதுதான் குலதெய்வக் கோவிலா? அப்ப நாமெல்லாம் தூரத்துப் பங்காளியாத்தான் இருக்கணும்," என்ற வேலாம்பாவுடன் சிரித்துப்பேசி மகிழ்வாக இருந்த பவானியை அவளோடு இருக்க விடாமல் சீக்கிரமே காரில் அழைத்துக்கொண்டு போய்விட்டார் சூரப்பன். அதைப் பற்றி செல்லப்பனிடம் வருத்தப்பட்டபோது, "சூரப்பனுக்கு அப்படிதான் ஏதோ கிறுக்குப் பிடிச்சிக்கும் அப்பப்ப," என்றான். மறுநாள் பேசும்போது பவானியும் வருத்தப்பட்டாள். ஆனால் சூரப்பனுக்கு இணையாக வாயாடுவதில் அந்த ஊரில் வேலாம்பாவை விட்டா யாருமில்லைன்னு சூரப்பனே சொன்னதாகச் சொன்ன பவானி "அவுக லேசுல யாரையும் அப்படிச் சொல்ல மாட்டாக," என்றாள். "பட்டியை வாங்கி ஏன் அப்படியே போட்டு வைச்சி இருக்க, சின்னதா தோட்டம் போடுன்னு," சொன்னதும் பவானிதான். அப்படி பூச்செடி, காய்கறி வைத்து வளர்த்தவளுக்குப் பவானி வீட்டுக் கொல்லையில் இருக்கும் வாழைமரம் போலொன்றை வளர்க்க ஆசை வந்தது.

வேப்ப மரமும் புங்கனும் சில தென்னங்கன்றுகளும் இருந்த பட்டியில் வாழைக் கன்றை நட்டதுமே பசுமை கூடி களை வந்தது போலிருந்தது. ஆனால் அடிக்கடி ஆடு மேய்ந்து மிகவும் நைந்துபோய்க்கொண்டிருந்தது அந்த வாழை. அது தழைத்துவரத் தனியாக வேலி ஒன்றைக் கட்டச் சொல்லி செல்லப்பனை நைத்தெடுத்தாள். அவள் சொல்வது எதையும் அவளைத் திட்டாமல் செல்லப்பன் செய்தது இல்லை. "இந்த வாள மேல அப்படி என்ன உசுர வைச்சிட்டு இருக்கு கிறுக்கி மவ," என்று அவன் சொல்லாத நாளே இல்லை. அடிக்கடி வாழையைச் சுற்றியுள்ள மண்ணை வெட்டிவிடுவாள்; தனியாக உரம் வைப்பாள்; அடியில் கிளைத்துவரும் கன்றுகளை நீக்கியெடுத்துத் தோட்டத்தில் வேறு இடத்தில் வைப்பாள். சாயுங்காலத்தில் விளக்கு வைத்து கும்பிடுவாள். சின்ன லட்சுமி என்று வாழைக்குப் பெயரும் வைத்திருந்தாள். பெண் வளரவளர தாய் ரசிப்பதுபோல ஒவ்வொரு குருத்திலை வரும்போதும்

பூரித்துப் பார்த்தாள். தினம் கொஞ்ச நேரமேனும் அந்த வாழைமரத்திடம் நின்று பார்க்காமல் அவளால் இருக்க முடியாது. சின்ன லட்சுமியின் இலைகளைக் கூட அறுக்க அனுமதிக்க மாட்டாள். யாரும் அதன் பக்கத்தில் சென்றாலே படுகோபமாக ஏதாவது பேசிவிடுவாள். செல்லப்பனையும் பிள்ளைகளையும் போலவே அவளுக்கு அந்த வாழையும் முக்கியமாக இருந்தது. மத்தாப்புகள் மலர்ந்த மரம் ஒன்று கனவில் வந்த அன்று சின்ன லட்சுமி வடக்கில் குலை தள்ளியிருந்தது. தன் பெண் பிள்ளை சூல்கொண்டதுபோல மனம் மகிழ்ந்துபோனாள் வேலாம்பா. அன்று காலையில் வேலப்பனுக்கு காப்பிதண்ணி கொடுக்கக் கூட மறந்துபோய் பட்டிக்கு ஓடிவிட்டாள். பிறகு அங்கு வந்த வேலப்பன், "இப்போல்லாம் என்னை விட வாளதான் உனக்கு முக்கியமா போச்சு," என்று கொஞ்சம் கோபமாகவும் சலிப்பாகவும் சொன்னான்.

வாழை குலைதள்ளி இரண்டு வாரத்தில் அதையே சுற்றிச்சுற்றி வந்துகொண்டிருந்த வேலாம்பாவைப் பார்க்க செல்லப்பனுக்குக் கொஞ்சம் எரிச்சலாக வந்தது. "இந்தச் சனியனை ஒழிச்சிக் கட்டினாதான் நீ சரிப்படுவே," என்றான். தினம் சோத்துக்கஞ்சியைக் கொண்டுவந்து வாழைக்கு ஊற்றினாள். வீட்டில் மிஞ்சும் கழுநீர், கழித்துக்கட்டிய காய்கறிகள், வேப்பிலை, பூக்கள் என்று தோன்றியதையெல்லாம் வாழையைச் சுற்றிப் புதைத்தாள். தோட்டத்தில் இருப்பதை விட அதிக நேரம் பட்டியில் வாழையோடு கழித்தாள். அடுத்த இரண்டு மாதங்களில் ஒரு சுற்று இளைத்துக்கூடப் போனாள். அவளுடைய உழைப்பையும் அளவில்லாத கவனிப்பையும் பார்த்து செல்லப்பனுக்குக்கூட அந்த வாழைமேல் பாசம் வர ஆரம்பித்தது.

கொஞ்சம் வெள்ளி விட்டதும், வீட்டில் இருப்புக்கொள்ளாமல் பட்டிக்கு ஓடினாள் வேலாம்பா. மனது கருக் என்றது போலவே தார் திருட்டுப் போயிருந்தது. வெட்டுப்பட்டதால் சாறு வடிந்து கொண்டிருந்தது. மொட்டையாக நின்ற வாழையைப் பார்த்துப் பார்த்துப் பொருமினாள். "உசுர எடுத்துட்டாங்களே பாவிக," என்று அழுது புலம்பினாள்.

"ஏங்க மோசம் போச்சு, வாளக் குலய யாரோ வெட்டிட்டுப் போயிட்டானுவ."

"என்ன புள்ள சொல்ற, கெனா கினா கண்டியா?"

"காலைலயே எழுப்பினேனே, வந்திருந்தா திருட்டுக் களவாணிய பிடிச்சிருக்கலாமே."

பதறிக்கொண்டு இருவரும் பட்டியை நோக்கி ஓடினார்கள். பூச்செடிகள் மிதிபட்டிருந்தன. வேப்பமரத்தில் வெட்டரிவாளால் கொத்தி வைத்திருந்ததையும் பார்த்தான் செல்லப்பன்.

“விழுந்து விழுந்து கவனிக்காத, ஊர் கண்ல உளுவாதன்னு சொன்னா கேட்டியா?”

“அய்யா குஞ்சங்குலயானே, உன் பார்வையில இருந்த மரமாச்சே.”

சாமி வந்தவள்போல, “எந்திரி இத வெட்டிக்கொண்டு போய் குஞ்சங்குலயான்கிட்டயே வைச்சிடுவோம். அவன் வாளதாரைக் கொண்டு போனவனைப் பார்த்துக்குவான்,” என்றாள்.

செல்லப்பனுக்கும் அதுவே சரி என்று தோன்றியது. வீட்டிலிருந்து அரிவாளைக் கொண்டுவந்து அடிமரத்தை வெட்டி எடுத்தான். அவன் உடம்பெல்லாம் வியர்வை வழிந்தது. வேலாம்பா அழுதுகொண்டே இருந்தாள். இருவரும் தூக்க முடியாமல் வாழையைத் தூக்கிக்கொண்டு முனிக்காளை வாசலில் போட்டு ரொம்ப உருகி வேண்டிக்கொண்டார்கள். வேலாம்பா சூடத்தை ஏத்தி எலுமிச்சம்பழத்தை வெட்டிக் குங்குமம் தேய்த்துச் சூடத்தின் மேல் பிழிந்து அணைத்தாள். ரத்தம் போல் வழிந்த எலுமிச்சைச் சாறு பட்டு ‘சுர்ர்’ என்ற ஓசையோடு கற்பூரம் அணைந்தது. எலுமிச்சையும் கற்பூரமும் சேர்ந்து தீயும் தெய்வீக மணம் கோவில் முழுவதும் பரவியது. பருந்தொன்று படபடத்துப் பறந்தது. அதைப் பார்த்துக் கன்னத்தில் போட்டுக்கொண்டாள். செல்லப்பனும் இரண்டு கைகளையும் நெஞ்சோடு பின்னிக் கோர்த்து ஒருவிதச் சடங்கு போல் செய்தான். ஜெண்ட சன்னாசி கோவிலிலும் எலுமிச்சையை வெட்டி எறிந்தாள். வெளவால்களின் கவிச்சி வாடையை எலுமிச்சை வாசனை விரட்டியடித்தது. மதுகாளியம்மனிடம் சூடம் ஏற்றி வேண்டி நின்றாள்.

புருஷனும் பொண்சாதியும் பூசாரியிடம் பூப்போட்டுக் கோடாங்கி கேட்டார்கள். “வீட்டுக்கு வடக்க இருக்கான் திருடன். இன்னும் இரண்டு நாழில துப்பு வரும், ஹூம் ஹூம்” என்று நாக்கைத் துருத்திக்கொண்டு சாமியாடியபடி சொன்னான் பூசாரி. அவன் கையில் ஐந்து ரூபாயைத் திணித்துவிட்டு புருஷனும் பொண்டாட்டியும் வீடு வந்து உட்கார்ந்துகொண்டார்கள். இருவரும் சோறு தண்ணி நினைப்பற்றவர்களாய் விக்கித்துக் கிடந்தார்கள்.

“அப்படியே எவ்வளவு நேரம் உக்காந்து இருக்க, நான் கிளக்கி தோட்டம் வர போயிட்டு வரேன்,” என்றான் செல்லப்பன்.

“நானும் வரேன்,” என்றவள் நீராகாரத்தைக் கரைத்துக் கொடுத்துவிட்டுத் தானும் கொஞ்சம் குடித்தாள். பிள்ளைகள் நீராகாரம் மட்டும்தானா என்று சிணுங்கின, அப்படியே

பள்ளிக்கூடம் போய்விட்டன. வேலாம்பாவும் செல்லப்பனும் கிழக்குத் தோட்டத்திற்குப் பழையதைத் தூக்கு போவணியில் ஊற்றி எடுத்துக்கொண்டு போனார்கள்.

“சின்ன லட்சுமி இருந்தவரை எல்லா பளசயும் அங்கே கொட்டிட்டு தினம் சுடு சோறு வைப்ப, ப்ச்,” என்றான் செல்லப்பன்.

“எல்லாம் வவுறு எரிஞ்சிதான் இப்படி ஆச்சு,” என்றாள் வேலாம்பா.

மௌனமாகக் கிழக்குத் தோட்டம் போய்ச் சேர்ந்தார்கள். நெல்லறுப்பு நடந்துகொண்டிருந்தது. கூலிக்கு ஆள் வந்திருந்தார்கள். சரசரவென்று இறங்கிக் கூலியாளோடு இரண்டு ஆள் வேலையைப் பார்க்கும் வேலாம்பா எங்கோ பார்த்துக் கொண்டு உட்கார்ந்திருப்பதைக் கண்ட பக்கத்துத் தோட்டத்து பூவாயி “என்ன வேலு, சின்ன லட்சுமிய விட்டு இன்னிக்கி இங்க வந்திருக்க,” என்றாள். பூவாயி கிழக்குத் தோட்டம் பார்க்க ஒத்தாசையாக இருக்கும் பண்ணையாளின் பொண்டு. அவளுக்கும் பக்கத்திலேயே தோட்டமிருந்தது. வேலாம்பா அதான் போச்சே என்று அழத் தொடங்கியதும் பூவாயி பயந்துபோனாள். செல்லப்பன் எதுவும் கேட்க வேண்டாமென்று சைகை காட்டினான்.

பொழுது உச்சிக்குப் போனது. கூலியாள் சோற்று வாளியைத் திறந்தான். வாழைக்காய் பொரியல் மணந்தது. அந்த மணத்தில் சின்ன லட்சுமியே மணந்ததுபோல இருந்தது வேலாம்பாவுக்கு. எங்கடா கிடைச்சது வாழைக்காய் என்று கூலியாளை ஒரு மிரட்டு மிரட்டினாள். செல்லப்பன், “ஏப்புள்ள கிறுக்கு அடங்காம இருக்க, வாளன்னா அது நம்ம வீட்டுல மட்டுந்தான் இருக்கா,” என்றான். வேலாம்பாவின் உருட்டும் விழிகளைப் பார்த்துக் கூலியாள் புதுப்பண்ணை வீட்டுல கொடுத்தாங்க என்றான். பூவாயியும் சொன்னாள், “இன்னிக்கி புதுப் பண்ணை வீட்டுப் பண்ணையாள் வாளக்காய, நல்ல பனங்கிழங்காட்டாம் இருக்கும்னு கொண்டாந்து வித்துட்டுப் போனான். நான்கூட இரண்டு காய் வாங்கினேன் பாரு,” என்று காட்டினாள். வேலாம்பா துணுக்குற்றாள். அது சின்ன லட்சுமி குலை தள்ளிய வாழைக்காய்தான். அந்தக் காய்களை வாங்கி மார்போடு அணைத்துக் கொண்டாள்.

புதுப்பண்ணையின் பண்ணையாளை மடக்கிப் பிடித்தார்கள். தாரைத் தான் வெட்டவில்லை என்று சூடமடித்துச் சத்தியம் செய்தான். “பண்ணையார் வீட்டில் வித்துக் காசு பண்ணிக்கச்

சொல்லிக் கொடுத்தாங்க, அதான் செய்தேன்," என்றான். அவனிடம் வெட்டிய தாரின் நடுத்தண்டைக் கொடுக்கச் சொன்னான் செல்லப்பன். அதைக் கொண்டுபோய் குஞ்சங்குலையான் கோவிலில் பிசாசு போல் தனியாக நின்ற சின்ன லட்சுமியின் வெட்டுப்பட்ட இடத்தில் வைத்துப் பார்த்தான்; சரியாக இருந்தது.

கிழக்கு வயலிலிருந்து செல்லப்பன் துப்புத் துலக்கக் கிளம்பியதுமே வேலாம்பா குஞ்சங்குலையான் கோவிலை நோக்கி ஓடினாள். சின்ன லட்சுமி வழக்கம் போல் தன் இலைகள் காற்றில் அசைத்து மௌனமாய் வேலாம்பாவைப் பார்த்துக்கொண்டிருந்தது.

சூரப்பன் வீட்டிலிருந்து சோர்ந்த முகத்தோடு திரும்பிய செல்லப்பன், "நம்ம சொந்தத்துல இப்படி ஒரு நாறப் பயலா. முதல்ல உங்க வீட்டுலதான் வாள இருக்கா நான் டவுன்ல இருந்து வாங்கியாந்தேன்னு தெனாவெட்டா பேசினான். பூசாரி சொன்னதைச் சொன்னதும் ஆமா எங்கிட்ட கூட தெக்க திருடன் இருக்கான்னு சொன்னான். சொல்லி முடிக்கல நல்லா பழி வாங்கிட்டான் குஞ்சங்குலயான். வாள குலயோட தண்ட புடுங்கி ருசு இருக்கக் கூடாதுன்னு நெருப்புல போட்டான் பாரு, அவன் கையே பத்திக்கிச்சி. நா ஆடிப் போயிட்டேன், அப்படியே துடிச்சிப் போயிட்டான் மனுஷன். பவானிதான் பாவம், எனக்கே தெரியாம நடந்துடுச்சின்னு கண்ணுல தண்ணி விட்டுச்சி கையெடுத்து கும்பிட்டுடுச்சி, வேலா முகத்துல எப்படி முளிப்பேன்னுச்சி. பேசமா வந்துட்டேன்."

ஆவேசமாய் எழுந்தாள் வேலாம்பா. அரிவாள்மணையை எடுத்துக்கொண்டு போனாள். எங்கே இவ்வளவு கோபமாய்ப் போகிறாள் என்று வியப்பாய் இருந்தது செல்லப்பனுக்கு. சன்னதம் வந்ததுபோல சின்ன லட்சுமியைத் துண்டம் துண்டமாய் வெட்டி நாலாப்பக்கமும் எறிந்தாள். ஏன் அப்படிப் பித்துப் பிடித்தவள் போல் செய்கிறாள் என்று புரியாமல் வேலப்பன் பார்த்துக்கொண்டிருந்தான். இலை, மட்டை எல்லாவற்றையும் துண்டமாக்கிய வேலாம்பா அதனைப் பட்டியில் குழி வெட்டிப் புதைத்துவிட்டு வந்தும் ஆதங்கம் தீரவில்லை அவளுக்கு. எங்கோ இருந்து சின்ன லட்சுமி அவளைப் பார்த்துச் சிரித்துக்கொண்டேயிருந்தது. அவளால் வெட்டிப் புதைக்க முடியாத சிரிப்பு அது.

***கணையாழி*, ஜனவரி 2018**

அப்பா

அப்பா, உங்களுக்கு உடம்புக்கு முடியலைன்னு போன் வந்ததுமே இந்தத் தடவ நீங்க வீட்டுக்குத் திரும்ப வரமாட்டீங்கன்னுதான் தோணுச்சு. சரியா சொல்லப்போனா வீட்டுக்கு வரவேண்டாம்னுதான் நெனச்சேன். ஒரு நிமிஷம்தான். அதுக்கப்பறம் அது தப்புன்னு புத்தி சொல்லுச்சு. உங்களுக்கு என்னன்னு தெரியாது. ஆனா எல்லா வேலையையும் அப்பிடியே போட்டுட்டு இப்ப பொறப்பட்டு வரும்போதுகூட இந்த நேரத்துல ஏன் இப்பிடிப் படுத்துறீங்கன்னு கோவமும் எரிச்சலும்தான் வருது. இன்னும் பத்து நாள்ல எக்ஸாம் வேற இருக்கு. நீங்க தான் நான் நினைச்சத நினைச்சபோது படிக்க வைக்கல, இப்ப மோகன் படிக்க வைக்கிறார்; அதையும் ஒழுங்கா முடிக்க விட மாட்டீங்க போலிருக்கே ஏம்பா இப்பிடி.

எப்பிடி நம்ம ரெண்டு பேர்த்துக்கும் நடுவுல இப்பிடி ஒரு இடைவெளி? உங்க மேல எனக்கு ஏன் இவ்வளவு வெறுப்பு? உங்களைப் பத்தி நல்லதாவோ சந்தோஷமாவோ நெனச்சுப் பாக்க என்கிட்ட ஒண்ணுமே இல்லை. இப்ப எனக்கு வயசு 29. அம்மாவுக்கு இந்த வயசுல மூணாவது பொண்ணா நான் பொறந்தாச்சு. ஆனா நான் பிள்ளை பெத்துக்கிற இந்த வயசுல, வீட்ட விட்டு, இங்க வந்து சின்னப் பசங்களோட போட்டிப் போட்டுப் படிச்சுட்டு இருக்கேன். உங்க வீட்டில இருந்தபோதும் நான் நெனச்ச மாதிரி என்னை இருக்கவும் விடலை. இப்பவும் என் வீட்டிலிருந்துக்கிட்டு என்னை இப்பிடி அலைய விடறீங்க. உங்களுக்கு உடம்பு

நல்லா இருந்துச்சுன்னா நாங்க எதுக்கு உங்களை என் வீட்டுக்குக் கூட்டிட்டு வரப் போறோம்?

கல்யாணம், அதுவும் நீங்கதானே பார்த்துப் பண்ணி வைச்சீங்க. மாப்பிள்ளை எனக்குப் பிடிச்சி இருக்கான்னு ஒரு வார்த்தை நீங்க கேட்டீங்களா? காதல் கீதல்ல மாட்டிக்குவேன்னு காலேஜ் முடிச்ச கையோட அவசர அவசரமா என்னைக் கல்யாணம் பண்ணிக் கொடுத்தீங்க. காலேஜ் முடிக்க ஒரு வாரம் இருக்கச்ச, நம்ம சொந்தக்காரர் ஒருத்தர் கம்பியூட்டர் சென்டர் வைச்சி இருந்தார்ன்னு தெரிஞ்சி வேலை கேட்கப் போறேன்னு சொல்லிப் போனோமே, அப்பக் கூட தானே வந்தீங்க? அந்த மாப்பிள்ளைய எனக்குப் பிடிச்சி இருந்தது நீங்க ஏன் கண்டுபிடிக்கல? இத்தனைக்கும் என்னோட சின்ன வயசுல இருந்தே உங்க கிட்டயோ அம்மா கிட்டயோ நான் எதுவும் வேணும்ன்னு கேட்டதே இல்ல. அப்ப இருந்தே நீங்க இப்படிதான். கொஞ்சம் அழகா இருக்குன்னு ஏங்கிப் பார்த்துகிட்டு இருந்தா கூட, நான் பார்க்கறது அது அல்பம் ஒரு வளையல்லா இருந்தா கூட வாங்கித் தந்தது இல்ல. எது உங்க செலவுக்குள்ள அடங்குமோ அதுதான் வாங்கிக் கொடுத்து இருக்கீங்க. நான் எது ஆசைப்படறேன்னு நீங்களோ அம்மாவோ எப்போதும் முயற்சியே பண்ணதில்லை. ஆசைப்படற சில பொருளை ஏன் வாங்கி தரலைன்னு சொன்னதும் இல்ல. வாங்கி தர்றது பெட்டர்ன்னு சொல்லிப் புரிஞ்சிக்க வைச்சதும் இல்ல. என் கிட்ட கலகலன்னு எப்போதாவது பேசி இருக்கீங்களா? கலகலன்னு விடுங்க எதாவது பேசி இருக்கீங்களா? என்னைப் பத்தி எப்போதாவது இவளுக்கு என்னதான் வேணும்ன்னும் யோசிச்சிருக்கீங்களா? ஏன் இப்படி விலகியே இருக்காளேன்னு எதுவானும் செய்து சரி பண்ணனும்ன்னு எப்பவாவது நினைச்சிருக்கீங்களா?

எல்லார்த்துக்கும், குறிப்பா பொண்ணுங்களுக்கு அவங்க அப்பாதான் மொதல் ஹீரோ. சின்ன வயசுலேர்ந்தே கூட படிக்கிற பொண்ணுங்க நெறையப் பேரு அவங்க அப்பாவைப் பத்தி நெறையப் பெருமையா சொல்லிருக்காங்க. எத்தனையோ பேர் காலைல ஸ்கூல்ல கொண்டு வந்து விட்டுட்டு டாட்டா காட்டிட்டுப் போறதை நான் பாத்துருக்கேன். எனக்குத் தெரிஞ்சு நீங்க ஒருநாளும் என்னோட ஸ்கூலுக்கோ காலேஜுக்கோ வந்ததில்ல. அப்பிடி என்ன நீங்க பிஸியா இருந்தீங்கன்னு எனக்கு இப்பகூடத் தெரியலை. உங்க ஸ்கூல்ல பிரேயர் பெல் அடிக்கும் முன்ன போயிட்டு எல்லோரும் கிளம்பின பின்னர் வீட்டுக்கு வரதும், பணத்தை பாங்கில போடறதும் எடுக்கறதும், வீட்டுச் செலவு கணக்கு எழுதறதும் தவிர நீங்க வேற பெரிசா என்னத்த

செய்தீங்க? கொஞ்சம் நல்லா சப்புக் கொட்டிச் சாப்பிடுவீங்க. அதை வைச்சிதான் உங்களுக்கு நரம்பு மண்டலம்ன்னு ஒன்னும் அதுல சில உணர்வு சம்மந்தப்பட்ட வஸ்துவும் இருக்குன்னு நாங்க நம்ப வேண்டியிருந்தது.

மூணாவதா நானும் பொண்ணா பொறந்துட்டதால என்னை உங்களுக்குப் புடிக்கலையோன்னு யோசிச்சிருக்கேன். அக்கா மேல நீங்க காட்டற பாசத்துல கொஞ்சத்தையாச்சும் என்மேல காட்டிருக்கலாம். மூணாவதா பொறந்தது என் தப்பில்லையே, நானும் உங்க ரத்தந்தானே அப்பா? ஆனா நீங்க நிறைய குழந்தைங்க கூட நல்லா பேசிப் பார்த்திருக்கேன். ஜோக் அடிச்சி சிரிக்க வைச்சி இருக்கீங்க. ஆனா அதை என் கிட்டயும் பண்ணனும்னு எப்போவுமே நீங்க ஏன் ட்ரை பண்ணல? நான் அப்படி உங்களுக்கு என்னதான் தப்பு பண்ணேன்?

இங்க பாருங்க. ரோட்டை கிராஸ் பண்ற அந்தச் சின்னப் பொண்ணோட கையை எத்தனை பத்திரமா அவங்கப்பா புடிச்சுட்டுப் போறார்? எதுவுமே சொல்ல வேணாம். அந்தப் பொண்ணு இப்பிடி அவங்க அப்பாவோட கையைப் புடிச்சுட்டு எங்க வேணா போவா. அப்பிடித்தான் எனக்குத் தோணுது. நீங்க நடக்கும்போது எப்பவுமே உங்க கையைப் பின்னாடிதான் கட்டிருப்பீங்க. என் கையைப் புடிச்சு அழைச்சிட்டுப் போனதே கிடையாது. பின்னாடி நான் வரேன்னா என்னான்னு கூட பெரிசா கவனிப்பீங்களான்னு கூட தெரியாது; விறுவிறுன்னு நீங்கபாட்டுக்கு நடந்து போயிட்டேல்ல இருப்பீங்க. அப்பெல்லாம் உங்க கூட வெளில கிளம்பி வரக்கூடாதுன்னு எத்தனையோ முறை நினைச்சிருக்கேன். ஒருமுறை நாய் தொரத்திட்டு வந்தபோது எவ்வளவு பயந்து ஓடிவந்து உங்க கைய பிடிச்சேன். அப்பக் கூட நீங்க பத்திரமா என் விரலைப் பிடிச்சிக்கல. ஏதோ ஒரு எக்ஸ்ட்ரா பிட்டிங்போல வேண்டா வெறுப்பா கொஞ்ச தூரம் உங்க கைய பிடிக்க அனுமதிச்சீங்க, அப்பறம் தட்டி விட்டுட்டீங்க.

நீங்க என்னை என்னன்னு சொல்லிக் கூப்புடுவீங்கன்னு இப்ப யோசிச்சாக்கூட சொல்ல முடியலை. பாப்பான்னா? இல்லை. நீங்க என்னைக் கூப்பிட சந்தர்ப்பமே வந்ததில்லை. ஏதானும் சொல்லணும் சொல்லித் தரணும்னு இப்படி எதுவுமே இருந்ததில்லையா உங்களுக்கு. இத்தனைக்கும் வேற பிள்ளைங்க எல்லாம் சேரும்போது நிறைய வேடிக்கை காட்டுவீங்க; சிரிக்க வைப்பீங்க. ஆனா எந்தச் சின்னக் குழந்தையையும் கூட நீங்க தூக்கி வைச்சிக்கிட்டது போல எனக்கு நினைப்பே இல்ல. உங்களுக்குப் பலமில்லன்னு நீங்களா நினைச்சிக்கிட்டீங்களா.

கடை கண்ணிக்குப் போனா சாமான் எல்லாம் வாங்கி அம்மாகிட்டதானே எடுத்துட்டு வரச் சொல்லுவீங்க?

அப்பான்னா திடமா இருக்க வேணாமா?

நீங்க என் பக்கத்துல வராததினாலயோ என்னவோ கொஞ்ச நாள்ல உங்களை என் பக்கத்துல வர விடாம பாத்துக் கிட்டேன்ங்கறதையும் சொல்லணும். தப்பு என் மேலயும்தான். என்னத்தையோ படிச்சி எதை எதையோ குழப்பிக்கிட்டு, யார் கிட்டயும் கேட்டுத் தெரிஞ்சிக்க முடியாம நான் அப்படியே யாரோ போல இருந்துட்டேன். ஆனா நீங்களா கேட்டு இருக்கணும் என்னடா உன் பிரச்சனைன்னு; இதுக்கெல்லாம் அம்மாவும் ஒரு காரணம். அவங்க கோவம் ஆங்காரம் இது என்னாலேயே சகிச்சிக்க முடியாதே. மத்த சொந்தக்காரங்க எப்படி சகிச்சிப்பாங்க. அம்மா இவ்வளவு கோபப்படறது கூட உங்களாலதான்.

பேச வேண்டிய இடத்தில் அம்மாவுக்குப் பதில் நீங்க பேசி இருக்க வேண்டாமா?

யார்கிட்டயும் நீங்க எதுத்துப் பேசமாட்டீங்க. சண்டை போட மாட்டீங்க. அன்னிக்குப் பக்கத்து வீட்லேர்ந்து அத்தனை சத்தம். அம்மா சரிக்குச் சரி நிக்கறாங்க. நீங்க என்னடான்னா பார்த்துட்டுப் பயந்தது போல நகந்து வந்தீங்க. எனக்கு எத்தனை கோவம் தெரியுமா? என்னப்பா அப்பிடியொரு அசமந்தத்தனம். நம்ம பேர்ல தப்பு இருந்தா பரவால்லே. தப்பு செஞ்சது அவங்க. நீங்கதான் தலையை ஆட்டிட்டு நகர்ந்து வந்தீங்க. இங்கதான் அடுத்த வீட்டுக்காரங்க; உங்க சொந்த அக்கா, தம்பிக்கிட்ட நீங்க என்னிக்கி எதுக்காகக் கேட்டு இருக்கீங்க. எந்த விஷயமென்றாலும் நீங்க கேட்க மாட்டீங்கன்னு அம்மா முந்திக்கிறாங்க. அதனாலதான் அன்னிக்குப் பெரியத்தை மாமா நக்கலா சொன்னார், “என்னைய என்ன ராஜாமணி புருஷன்னு நெனச்சியா, எல்லாத்துக்கும் சிரிச்சிட்டே இளிச்சவாயனா நிக்கறதுக்கு?” எல்லார்த்துக்குமே நீங்க லாபிங் ஸ்டாக்தான். அதப்பத்தி உங்களுக்குப் பெருமை வேற.

ஆம்பிளைன்னா கொஞ்சம் நிமிர்ந்தில்ல இருக்கணும்?

அம்மாவால நம்மகிட்ட யாருமே ஒட்டாம போனதுக்கு நீங்க தான் காரணம். எனக்கு அந்தரங்கமா பேசிக்க ஒரு தோழிய கூட சொந்தபந்தத்தில் விட்டு வைக்கல நீங்க. எல்லோரும் என் கிட்ட பேசினா அவங்க அம்மா அப்பா திட்டுவாங்கன்னு ஓடிப் போயிடுவாங்க. சின்னவயசிலிருந்தே அப்படிதான். அதான் கல்யாணம் முடிஞ்சி அவரைத் தனிமையில் சந்தித்தபோது,

'இதைச் சொல்லக்கூடவா உனக்கு ஆள் இல்ல,' ன்னு சொன்னப்ப ரொம்ப அவமானமா இருந்தது. அப்ப கூட எனக்கு உங்க மேல ரொம்ப கோவமா வந்தது. ரொம்ப அழுகையாவும் வந்தது. ஆனா உங்களுக்கு அம்மா பண்ணறது எல்லாமே நியாயம்தான்னு தோணும்.

வீடுன்னா, நல்லது கெட்டதுக்கு நாலு சொந்தம் வேணுமேன்னு நினைக்கணுமில்ல, அம்மாதான் நினைக்கல; நீங்க நினைச்சிருக்கணும் இல்லயா?

சரி சொந்தக்காரங்ககிட்ட, அங்க பக்கத்துல இருக்கவங்கட்ட யார் கிட்டயும் எப்போதும் சண்டையோ குரல் உசத்தியோ பேச வேணாம். எவனோ ஒரு பொறுக்கிப்பய லெட்டர் குடுத்தான், பின்னாடியே வந்து கலாட்டா பண்ணான்னு வந்து சொன்னப்ப, ஏன் என்னான்னு கேட்டீங்களா, அப்படி என்னதான் பயம் உங்களுக்கு? இந்த விஷயத்துல பெத்த பொண்ணுக்காக அவனை ஒரு அடி அடிச்சி இருந்தா, அவன் திரும்ப இரண்டா அடிச்சா கூட வாங்கிக்கலாமே, அப்ப உங்களை நான் சலூட் பண்ணியிருப்பேன் அப்பா. ஆனா நீங்க, என் பிரண்ட் அப்பா அவளைக் கூட்டிட்டு வரும்போது என்னையும் கூட வரச் சொல்லிட்டீங்க. அவ அப்பா பார்க்க கம்பீரமா இருப்பார்.

நீங்க ஏன் அப்படி கம்பீரமா வீரமா இல்லை?

இப்போ காலைல உங்களை இங்கே கொண்டு வந்து சேர்த்தப்ப ரொம்ப சீரியஸா இருந்தீங்கன்னு சொல்றாங்க. இந்த ஐசியுல ஏதோ சினிமால வரது போல இந்த பீப் பீப் சத்தங்களுக்கு நடுவுல, மெலிஞ்ச உங்க உடல் ஒயர் எல்லாம் சுத்தி இருக்கு, இப்ப கூட நீங்க இப்படிக் கிடக்கிறீங்களேன்னு உங்க மேல இரக்கம் வரல. முதலுதவிக்கு நல்ல பலன் இருந்துச்சி, ஆனா கண்டிப்பா பிழைச்சிடுவீங்கன்னு உத்தரவாதமெல்லாம் கொடுக்க முடியாதுன்னு சொல்றாங்க. அதைக் கேட்டு எனக்குப் பயமெல்லாம் வரல. இந்த உடம்போட நீங்க இவ்வளவு நாள் இருந்ததே பெரிய விஷயம் தான்னு தோணுச்சி. ஒன்னு ரெண்டு பல்லு விழுந்திருந்தப்ப சிக்கனம் பார்த்து ஒரே செலவுன்னு சொல்லி எல்லாப் பல்லையும் பிடிங்கிட்டுக் கட்டினீங்க. உடம்பு அப்பறமா தேறவே இல்லை. எல்லாத்துக்கும் நீங்கதான் காரணம். இப்போ இப்படி இவ்வளவு சின்ன வயசுல ஹாஸ்பிடல் ஹாஸ்பிட்டலா அலைஞ்சி, இப்படிக் கிடக்கக்கூட உங்க பொறுப்பில்லாதனம்தான் காரணம். இதனால எங்களுக்குதான் கஷ்டம். ஏன்ப்பா இப்படிப் படுத்தறீங்கனு கேட்கத் தோணுது.

நீங்க இப்போ கிடக்கிறதுபோல, நாலுநாள் கெடந்து செத்துப் போயிருந்தா கூட பரவால்ல. அவ்வளவு சின்ன வயசுல

அக்கா அகாலமா செத்துப் போனா. ஹார்ட் அட்டாக்ன்னு சொன்னாங்க. ஏன் ஹார்ட் அட்டாக், என்ன ஆச்சுன்னு ஒரு வார்த்தைகூட நீங்க கேட்கல. இத்தனைக்கும் அக்காவ எவ்வளவோ பிடிக்கும், அவகிட்ட எவ்வளவோ பேசுவீங்க. அவ ஊர்க்கு வந்தா கால்கடுக்க பஸ்டாண்டுலையே நின்னு வீட்டுக்குக் கூட்டிட்டு வருவீங்க. எந்த முடிவு எடுக்கணும்னாலும் அவளைப் போன் போட்டு போட்டு கேட்டு எடுப்பீங்க. அம்மாவும் அவளதான் எப்போதும் பெருமையா பேசுவாங்க. என் மக மாதிரி வருமான்னு எவ்வளவு தடவை சொல்லி இருக்கீங்க? ஆனா அவ செத்துப் போனப்ப நீங்க சொட்டுக் கண்ணீர் விடலையே. ஒரு வார்த்த வாய தெறந்து பேசலையே.

இப்போ ஐசியுல உங்க பக்கதுல உக்காந்து கிட்டு, உங்க கைய பிடிச்சி தைரியம் சொன்னா உங்க மனசுக்குக் கேட்கும்ன்னு சொல்றாங்க. நீங்க சீக்கிரம் பொழச்சி வந்துடுவீங்கன்னு சொல்றாங்க. அம்மாவுக்காக நீங்க பொழச்சிக்கிட்டிங்கன்னா நல்லா இருக்கும். ஆனா கைய பிடிச்சிக்கணும்ன்னு எனக்குத் தோணல. உங்களை நெருக்கிப் பார்க்கக் கூட பிடிக்கல. இதுவரை நான் எவ்வளவு பேசி இருக்கேன். சின்ன வயசுலயிருந்தே என் மனசுக்குள்ள உங்க கிட்ட நிறையப் பேசி இருக்கேன். அப்ப எதுவுமே கேட்காத உங்களுக்கு இப்போ நான் பேசினா மட்டும் எப்படிக் கேட்கும்?

ஆனா உங்க மேல அன்பு இல்லாதது போலவே ரொம்ப வெறுப்பும் கிடையாது. அம்மா மாதிரியே நானும் உங்களுக்காக பஸ்ல சண்டையெல்லாம் போட்டு இருக்கேன். பஸ் நின்னா உடனே பஸ்ஸ விட்டு எறங்கிப் போயிடணுமா? பாட்டி செத்திருந்த சமயம் மொட்ட வேற போட்டு இருந்தீங்க. பஸ் எடுத்ததும் ஓடி வந்து ஏறினது பார்த்த எனக்கே கோவம் வந்துச்சி. கண்டக்டர், 'மொட்ட சீக்கிரம் படியிலர்ந்து மேல ஏறு'ன்னு சொன்னப்ப அந்த கண்டக்டர திட்டினேன் பாருங்க. அப்பவும் நீங்க பயந்து போனீங்க. ஆச்சரியமா பார்த்தீங்க. என்னைத் திட்ட வேண்டாம்ன்னும் சொல்லல. அடுத்தவங்கதான் விடு பாப்பான்னு சொன்னாங்க.

ஆச்சு. உங்க உடம்புநிலை ஏற்கெனவே மோசமா இருந்ததாலே காப்பாத்த முடியலன்னு சொல்லிட்டாங்க. அக்கா வெளிநாட்டி லிருந்து வரவரைக்கும் உங்கள மார்சுவரில வைக்கணும்ன்னு சொல்றாங்க. அய்யோணு இப்படி ஆயிடுச்சேன்னு தோணல. இப்ப நீங்க இல்லை. உத்தரவாதமா தெரிஞ்சிருச்சு. உள்ளபடி நான் அழணும். ஆனா அழுகையே வர்லை. நீங்க இல்லாததைத்

தெரிஞ்சிட்டதும் உண்மையில அப்பாடான்னுதான் இருந்துச்சு. நான் போய் என்னோட பைனல் எக்ஸாமானும் எழுதுவேன். ஆனா ரெண்டு சொட்டுக் கண்ணீர் வந்துச்சுன்னா தேவலைதான். அதுவும்கூட மத்தவங்களுக்காகத்தான். எனக்கு நீங்க போனதை நெனச்சு அழறதுக்கு ஒண்ணும் இல்லை.

ஏம்பா இப்பிடி என்னைப் பண்ணுனீங்க?

கொஞ்சம் பாசமா இருந்துருக்கலாம். என்னோடவும் விளையாடிருக்கலாம்; செல்ல பேர்ல கூப்பிட்டிருக்கலாம். கொஞ்சி இருக்கலாம். கிச்சி கிச்சி மூட்டி இருக்கலாம். எப்போதாவது சாப்பாடு ஊட்டிருக்கலாம். பாட்டு க்ளாஸ் அனுப்பி இருக்கலாம். எவனாவது கிண்டல் பண்ணா பயப்படாத, திருப்பி அடின்னு சொல்லிக் கொடுத்து இருக்கலாம். நல்ல நல்ல புத்தகமெல்லாம் வாங்கிக் கொடுத்துப் படிக்கச் சொல்லி இருக்கலாம். நல்ல விஷயங்கள் எல்லாம் சொல்லிக் கொடுத்திருக்கலாம். நல்லது கெட்டதுக்குப் பக்கத்துல இருந்து பாத்துருக்கலாம். அன்பா ஆறுதலா பேசி இருக்கலாம். இல்லான்னா உலக அறிவு வளரட்டும்ன்னாவது சினிமா, அரசியல் எல்லாம் பேசியிருக்கலாம். ஊர்ல வெட்டிப் பயல்களோட எல்லாம் எவ்வளவு பேசுவீங்க. என்னோட கொஞ்சம் கொஞ்சூண்டானும் பேசி இருக்கலாம்.

நீளமான பொட்டலமா சுத்திதான் உங்கள வீட்டுக்குக் கொண்டு வந்தாங்க. அம்மாவும் அக்காவும் முகத்த பாக்கனும்னு பிடிவாதமா சொன்னாங்க. அதுக்காக மெதுவா பிரிக்கும்போது உங்க வத்திப்போன முகம் கொஞ்ச கொஞ்சமா தெரிஞ்சது. கண்ணெல்லாம் ரொம்ப உள்ள போய், இருக்கா இல்லை நோண்டி எடுத்துட்டாங்கலாங்கிறது போல இருந்துச்சி. கோணலா இருந்த உதடு ஏதோ சொல்ல வர்றது போல இருந்ததே. இவ்வளவு நாள் இல்லாம இப்போ உயிருபோன அப்பறமா என் கிட்ட பேசப் போறீங்களா. இப்பிடி வெறும் உடம்பா கெடக்கும்போது கொஞ்சம் அழற அளவுக்காவது எனக்கு நீங்க அப்பாவா இருந்திருக்கலாம்.

போங்கப்பா எனக்கு உங்கள இப்பவும் பிடிக்கல.

***கிளைமேட்*, ஜூன் 2019**

சப்தபர்னி மலர்கள்

இரவு உறங்கப் பிடிக்காமல் நீண்ட நேரம் புரண்டு புரண்டு படுத்துக்கொண்டிருந்தாள். சீரான கால இடைவெளிகளில் ஒலித்த "ச்ச்ச்ச்ச்" என்ற பல்லியின் சத்தம் அவளுக்குச் சிறு முத்தங்களை நினைவூட்டியது. தொலைவில் நாய்களின் கூட்டுக் குரைப்பு. அடிவயிற்றில் பயம் படர்ந்தது. பக்கத்தில் இரவின் மாறாத பின்னணி ஒலிப்பாகக் கணவன் பிரேமின் மெல்லிய குறட்டையொலி; அவளுக்கு அது உவக்கவில்லை. காசியாபாத் இன்னும் அவளுக்குப் பழகவில்லை. மனிதர்கள், இடங்கள், பாஷை, பழக்க வழக்கங்கள் எல்லாமே புதியன. என்ன நடக்கிறது என்று யோசிக்க யோசிக்கக் கண்ணீர் அவளையறியாமல் பொங்கிக் கன்னங்களில் வழிந்தது.

எப்போது உறங்கினாள் என்று தெரியாது, கதவைத் தட்டும் சத்தம் கேட்டு விழித்தாள். இரவின் தூக்கமின்மை கண்களில் லேசான எரிச்சலாய்த் தங்கியிருந்தது. மெல்ல எழுந்து கதவைத் திறந்தாள். வேலைக்காரம்மா வந்திருந்தாள். அவள் உள்ளே நுழையும் முன்பே வெளியில் கூலரில் குட்டிபோட்ட பூனை வீட்டுக்குள் நுழைந்துவிட்டது.

ஊரிலிருந்து கொண்டு வந்திருந்த டேப் ரிக்கார்டரைப் பாடவிட்டிருந்தாள். திருமணம் முடிந்து இங்கு வந்ததிலிருந்து இப்படித்தான். தினம் ஒரு மணி நேரம் ஏதாவது பக்திப் பாடலை ஒலிக்கவிடுவது வழக்கம். அம்மா வீட்டில் இப்படி இருந்தது இல்லை. குளித்துவிட்டு விளக்கு

ஏற்றுவாளா என்பது கூட நினைவில்லை. ஆனால் அம்மா கொண்டாடாத பண்டிகைகளை அக்கா தன் வீட்டில் கொண்டாடி இவள் பார்த்திருக்கிறாள். நவராத்திரிக்குக் கொலு மட்டும் வைக்கமாட்டாள் அக்கா. திருமணத்துக்குப் பின் தன் வீட்டிலும் அக்காவைப் போலவே எல்லாப் பண்டிகைகளையும் கொண்டாட வேண்டுமென்று நினைத்திருந்தாள்.

பூனை 'மியாவ்' என்று கத்திக்கொண்டு கால்களை வருடியபடி வெளியே சென்றது. அந்தச் சில கணங்களுக்குள் பயமும் மிதமிஞ்சிய அருவருப்புடன் கூடிய சிலிர்ப்பும் உடலெங்கும் பரவியது. பூனையின் அத்துமீறிய உரிமை அவளுக்குக் கடும் எரிச்சலைத் தந்தது. அந்தப் பூனை தனது பரிவாரத்துடன் சேர்ந்து கூலர் அருகில் அவள் ஆசையாய் வைத்திருந்த மணி பிளான்ட்டையும் டேபிள் ரோஸ் பூக்களையும் நாசம் செய்திருந்தது. அந்தப் பூனையையும் குட்டிகளையும் துரத்த வேண்டாமென்றும் அதற்கு சாப்பாடு செய்து போடச் சொல்லியும் வேலைக்காரி முன்பொரு நாள் சொன்னாள். வீட்டில் பூனை குட்டி போட்டால் வீட்டுக்கு நல்லது என்றாள். பிரேமும் அதை ஆமோதித்தான். பூனையைப் பற்றி யோசித்துக் கொண்டிருந்தவளிடம், "தீதி, கியா உதார்ஷ லக்ரைகிகோ, சோயே நகிஹே கியா" என்றாள் வேலைக்காரி. அவள் என்ன சொல்கிறாள் என்று புரியவில்லையென்றாலும், 'இரவில் சரியாக உறங்கவில்லையா' என்று ஏதோ கிண்டலாகப் பேசுகிறாள் என்பது மட்டும் புரிந்தது. வந்த கோபத்தைச் சரியாக வெளிப்படுத்தப் பாஷை தெரியாது கடுகடுத்தாள். கொல்லைப்புறத்தைக் கூட்ட சொன்னா இவள் என் கிணற்றை எட்டிப் பார்க்கிறாள்? மேலும் தன் இருப்பை உணர்த்திக்கொள்ள ஏதோ பேசிக்கொண்டிருந்தவளை, "பேசாமல் வேலையை மட்டும் பார்" என்று ஆங்கிலத்தில் சிடுசிடுத்தாள். அவள் புரிந்துகொண்டிருக்க வாய்ப்பில்லை. ஆனால் தேவையில்லாமல் கோபிக்கிறாள் என்று சொல்லிவிட்டுப்போனதாக பிரேம் சொன்னான், "அவங்க இல்லைன்னா இங்கே எல்லா வேலையும் மேனேஜ் செய்யறது கஷ்டம் " என்றும் எச்சரித்தான்.

மாலை காலார சற்றே நடக்கலாம் என்று கிளம்பினார்கள். குளிர்காலத் தொடக்கத்தை சப்தபர்னி மலர்கள் பிடிவாதமாய் மணம் பரப்பி அறிவித்துக்கொண்டிருந்தன. கொத்தாக மலர்ந்திருந்த அதன் மலர்கள் திருமணத்தில் மணமக்கள் கைகளில் கொடுக்கப்படும் செண்டு போலிருந்தது. ஒரு சாயலில் அதன் மலர் மொட்டுகள் நந்தியாவட்டை மலர்கள் மொட்டுகளை ஒத்திருந்தன. அம்மலர் போல் தனித்தனி மொட்டாக இல்லாமல் வட்டக் கொத்துகளாக இருந்தன. சிறிது மலர்ந்திருந்த மலர்கள்

நடன மங்கை அணியும் கால் சலங்கைகளை நினைவிற்குக் கொண்டுவந்தது. சொக்க வைக்கும் கலைநயம் மிகுந்த அந்த மலர்கள் பரப்பிய ஏலக்காயோடு சிவப்பு மிளகாயைக் கலந்தது போன்ற காட்டமாக வாசனை, மூக்கில் ஊடுருவியது. 'அச் அச்' என்று தும்மியவள் எரிச்சலோடு, "என்ன வாசனை இது தலய வலிக்கிது," என்றபோது "இந்த ஊரில் ஆஹா என்ன மணம்னு எல்லோரும் பெருமையா சொல்றாங்க, நீ இப்படிச் சொல்றே," என்றான். அவர்கள் தெருவில் குடியிருக்கும் பெண்ணொருத்தி எதிரே வந்தாள். "பைய்யா கேசே ஹோ," என்று பிரேமை விசாரித்தாள். பிரேம், "மே அச்சா ஹூம், ஆப் கைசே, ஏ மேரா பீவி ஹை," என்றான். தொடர்ந்து பேசிய அவள், "ஓ அப்படியா, உங்கள் அண்ணி ஊருக்குப் போயிருப்பதால் உங்கள் உதவிக்கு வீட்டில் வேலை செய்ய ஊரிலிருந்து யாரோ வந்திருப்பதாக நினைத்திருந்தேன்," என்று அவள் சொன்னதாக பிரேம் மொழிபெயர்த்துச் சொன்னான். வட இந்தியாவில், தொலைவிலிருந்து பார்த்தாலே ஒருத்தி புது மணப்பெண் என்பது தெரிந்துவிடும். கை நிறைய சிவப்பும் வெள்ளையும் கலந்த வளையல்கள், வண்ணப் புத்தாடைகள், தூக்கலான முக அலங்காரம் என இருப்பார்கள். உடலும் முகமும் வசீகரமான பொலிவுடன் இருக்கும். பார்ப்பதற்குத் தானொரு புதுமணப் பெண் போலில்லாமல் வேலைக்காரி போலவா இருக்கிறோம் என்று நினைத்து அருகிலிருந்த வீட்டில் திருஷ்டிக்கு வைக்கப்பட்டிருந்த நிலைக் கண்ணாடியைப் பார்த்தாள்; அது அவளைப் போலவே அழுது வடிந்தது.

மணமான புதிதில் காலையிலேயே எழுந்து குளித்து விட்டுத்தான் அடுப்படிக்கு வருவாள். ஏதாவது சிற்றுண்டி செய்து பிரேமை அலுவலகத்துக்கு அனுப்பிவிட்டுக் கொஞ்ச நேரம் வீட்டு வேலைகள் பார்ப்பாள். பதினொருமணிவாக்கில் சமையலைத் தொடங்குவாள்; பன்னிரண்டரைக்கு பிரேம் உணவருந்த வருவான். சாயங்காலம் சீக்கிரம் வந்து எங்காவது வெளியே அல்லது நண்பர்கள் வீடு என்று அழைத்துச் செல்வான். அங்கே இவள் என்ன பேசினாலும் இதை ஏன் சொன்னாய், அதை ஏன் பேசினாய் என்ற பல கேள்விகளுக்குப் பதிலளிக்கத் தெரியாது திண்டாட்டமாக இருந்தது.

இருவரும் ஒருவருக்கொருவர் பேச எதுவுமே இல்லாதது போலத் தோன்றும். மீறிப் பேசத் தொடங்கினாலோ இருவருக்குமிடையே ஏதாவது கருத்து வேறுபாடு தலை தூக்கும்; மெல்ல வளர்ந்து சண்டையாக மாறும். பிரேம் சொன்ன ஒரே காரணத்தினாலேயே அந்த நகரத்திலிருந்த டவுன் பார்க் என்ற மிகப் பெரிய பூங்கா நூறு ஹெக்டேர் பரப்பளவு இருக்குமா

என்று சந்தேகிக்கத் தொடங்கினாள். "அவ்வளவு இருக்குமா பத்து ஏக்கர் அளவுதானே இருக்கும் ஏன் இப்படி ஏமாற்றப் பார்க்கறீங்க," என்று கேட்டாள். மிகவும் கோபமாக "ஊருல எங்க வீட்டை ஒட்டி இருக்கும் எங்கள் நிலமே ஐந்து ஏக்கர்; இவ்வளவு பெரிய இடம் பத்து ஏக்கர்தான் இருக்கும்ன்னு சொல்றியே" என்றான் பிரேம். அவன் தன்னை வேண்டுமென்றே கல்லை வாயில் போட்டுக்கொண்டு கல்கண்டு என்று நம்பு என்று வற்புறுத்துவது போல் பயமாக இருக்கும். தொடர்ந்து பேசினால் வீட்டிலிருக்கும் நாற்காலியை ஓங்கிக் குத்துவான். அத்தோடு அவள் பேச்சு வாயுள்ளேயே அடங்கிப் போகும்.

திருமணம் முடிந்த பின் திருநெல்வேலியிலிருந்து பிரேம் பணியில் இருக்கும் இந்த ஊருக்குக் குதூகலமாகவே பயணப்பட்டாள். காசியாபாத் ரயில் நிலையத்தில் பூங்கொத்தோடு வரவேற்ற கணவரின் நண்பர்கள் பெருங்கூட்டமாய் வீடுவரை வந்தது பெருமையாக இருந்தது. தனி வீட்டொன்றின் மாடியில் ஒரு படுக்கையறையும் சமையலறையும் சேர்ந்த வசிப்பிடம். வாசலுக்கு வெளியே நீண்ட மொட்டைமாடியும் வீட்டின் முன்னிருந்த பெரிய திறந்தவெளியும் பார்க்கப் பார்க்க அவ்வளவு பரவசமாக இருந்தன. ஆனால் எல்லாம் ஓரிரு நாட்களில் வடிந்துபோயின. எப்போதுமே ஓழியாத வீட்டு வேலைகளை நினைத்து அழுகையாய் வந்தது. திருமணத்துக்கு முன்னால் கல்லூரியில் விரிவுரையாளராக இருந்தவளுக்கு இவை அச்சமூட்டின. மணவாழ்வு பற்றிய அவளது கனவு, ஆர்வம், உற்சாகமெல்லாம் காணாமல் போயின. இங்கு வந்த மறுநாள் வாசித்துக்கொண்டிருந்த நாவலில் காமம், காமவெறி என்ற வார்த்தைகளே அதிகம் இருப்பதாகச் சொன்னபோது, தன் கண்ணில்அப்படி எதுவும் படவில்லையே என்று சொன்ன அவனின் கோபம் கண்களில் தெரியும்போது அவளுக்குப் பதற்றம் கூடியது. அதன் பின்னர் பிரேம் இருக்கும் நேரத்தில் எதுவும் படிக்கவில்லை. குறைந்த பட்சம் பாலகுமாரனின் கதைகளைப் பற்றியோ, பாலசந்தர் டைரக்சன் டச் பற்றியோ, இளையராஜாவின் இசையில் மனவெளியில் பரவும் அடுக்குகள் பற்றியோ பேச முடியவில்லை. அது மட்டுமின்றி யாருடன் என்ன பேசினாலும் கேள்விகள். வீட்டுக்கோ தோழிகளுக்கோ எழுதும் கடிதங்களைக்கூட படித்துப் பார்த்துவிட்டே அனுப்புவான் பிரேம். குளியலறையில் நீர் வெளியேற அமைத்திருந்த சாளரம் கண்ணில் பட்டது. நடுவில் ஒற்றைத் துளை, அதைச் சுற்றி ஆறு துளை, அடுத்த அடுக்கில் பன்னிரண்டு துளைகள், மூன்றாம் சுற்றில் இருபத்திரண்டு என்று விரிந்த அந்தக் கலை நேர்த்தியை ரசித்தவளின் கண்ணுக்கு மையத் துளையையும் அடுத்த அடுக்கில்

புறாக்களை எனக்குப் பிடிப்பதில்லை 45

இருக்கும் இரண்டு துளைகளையும் சேர்த்துப் பார்க்கும்போது ஒரு பெண் அலறுவது போலிருந்தது. எந்த இரண்டு துளைகளோடு சேர்த்துப் பார்த்தாலும் முக்கோண வடிவம் பெறும் அந்த மூன்று துளைகளும் அதீத மன உலைச்சலோடு அலறும் பெண்ணாகவே அவள் கண்களுக்குப் பட்டது. நீர் அதில் ஆசுவாசத்தோடு வெளியேறுவதை ஏக்கமுறப் பார்த்தாள். “எவ்வளவு நேரம் குளிப்ப,” என்ற பிரேமின் குரல் வெளியிலிருந்து அவள் கவனத்தைப் பட்டென அறுத்தது. தலையிலிருந்து உதிர்ந்த முடி ஓடும் நீரோடு கலந்து சுழித்துச் சாளரத்தில் தங்கியது அழகிய கோலம் போலிருந்தது.

பக்கத்து வீட்டு மலையாளிக் குடும்பத்தோடு கணவருக்கு நீண்டநாள் தோழமை உண்டு. அந்தச் சேச்சிதான் அவளுக்கு உருளைக் கிழங்கு அடைத்த பரோட்டா செய்யப் பழக்கிக் கொடுத்தாள். அந்த வீட்டுச் சேட்டன் தன்னைச் ‘சேட்டா’ என்று அழைக்கச் சொன்னார். அக்காவிடம் இதைச் சொன்னபோது ‘மலையாளிகள் கணவனைக் கூட சேட்டன் என்றுதான் அழைப்பார்கள், பார்த்துக் கவனமாக இரு’ என்றாள். அவள் எதைச் செய்தாலும் சேட்டன் புகழ்ந்தார். அவரிடம் கார் இருந்தது. சின்ன வயதிலிருந்தே கார் வைத்திருக்கவேண்டும் என்பது அவளது ஆசை. மணமான புதிதில் கணவனிடம் அதைத்தான் தன்னுடைய முதல் ஆசையாகச் சொல்லியும் இருந்தாள் . . .

வீட்டிலேயே இருக்க மிகவும் கடினமாக இருப்பதாகச் சொல்லிக் கணவனை நச்சரித்துக் கணினி மையம் ஒன்றில் பணிபுரியத் தொடங்கினாள். அந்தப் பெரிய கணினி மையத்தில் அவள் படிப்புக்குப் பெரும் மரியாதை கிடைத்தது. அங்கிருந்து முக்கிய நிறுவனங்களுக்குப் பயிற்சியளிக்க யாரேனும் போக வேண்டியிருந்தால் அவளையே அனுப்பினார்கள். ஒருமுறை அவளை அழைத்துச்செல்ல கன்டெசா கார் வந்ததை பிரேமிடம் சேட்டன் பெருமையாகச் சொல்லிக்கொண்டிருந்தார். அவளது பூரிப்பைப் பார்த்தவன், “யாரையும் நம்ப வேண்டாம், யாரும் உன்னை எளிதாக ஏமாற்றிவிடுவார்கள்” என்றான். பின்னர் ஒருநாள் சேட்டன் ஏதோ ஹோட்டலில் தங்கி இருந்ததாகத் தன்னுடைய அலுவலகத்துக்குப் போலி ரசீது தர வேண்டி, அந்த ஹோட்டல் ரிசப்சனிஸ்ட் கையெழுத்தை அவளைப் போடச் சொன்னார். அவளும் போட்டுத் தந்தாள். அது தெரிந்த பிரேம் பெரிதாகச் சண்டையிட்டான். தீபாவளிக்கு வாழ்த்த வந்த சேட்டன் அவள் கையை அழுத்திப்பிடித்து வாழ்த்தினார். அவர் அன்பு அத்தனை வலிக்கும் என்று அந்தக் கைக்குலுக்கலில் உணர்ந்தாள். கணினி மையத்தில் புதிதாக இணைப்புகளைக்

கொடுக்கத் திண்டாடிக்கொண்டிருந்தவளுக்கு உதவிய பராஜ் அவளைச் சந்தித்த இரண்டாம் நாளே ‘வில் யூ மேரி மீ’ என்றான். அவனுக்குத் தமிழ் தெரியாது. அவள் மிரண்டு விழித்ததும் பராஜும் அவனுடைய தமிழ் தெரிந்த நண்பன் விஜயனும் பெரிதாய்ச் சிரித்தார்கள். அவளுக்கு ஹிந்தி தெரியாத காரணத்தால் விஜயன்தான் எப்போதும் மொழிபெயர்த்துச் சொல்வான். சில சமயம் பராஜ் சொல்லாததையும் சொல்லிவைப்பான். அவள் சொல்வதை பராஜிடம் மாற்றிச் சொல்வான். அவளைக் கொண்டு இந்த இரண்டு நண்பர்களும் செய்த இந்தக் குறும்பைத் தவிர்த்து எந்த ஆபத்துமில்லை என்று தெரிந்துகொண்டபோது அவர்களோடு அவள் சகஜமாய்ப் பேச ஆரம்பித்தாள். அலுவலகத்தின் ஒரு கட்டடத்திலிருந்து இன்னொன்றுக்குச் செல்ல நேர்கையில் உதவிய இன்னொருவனான பல்லவ், அவளைப் பார்க்கும்போதெல்லாம் ‘ஐ வான்ட் டூ டேட் வித் யூ,’ என்பான். தனது நண்பர்கள் இருவரிடமும் அடிக்கடி இதைச் சொல்வாள்; மூவரும் சேர்ந்து சிரிப்பார்கள். இவளும் “என் திருமணத்திற்கு முன்பு எங்கே போயிருந்தீர்கள்,” என்று சொல்லிச் சிரிப்பாள். ஆனால் இதையெல்லாம் கணவனிடம் அவள் சொன்னதில்லை. அலுவலகத்தில் மேனேஜர் கூட ஒருமுறை சற்றே வில்லங்கமான தொனியில், “அந்த மூவரும் எப்போதும் உன் சேவைக்கு ஏன் தயாராக நிற்கின்றார்கள்,” என்று எச்சரிப்பது போல் கேட்டார். சீக்கிரமே அவள் வேறு நிறுவனத்துக்கு மாறிவிட்டாள்.

சில நாட்களுக்குப் பிறகு விஜயன் வீட்டுக்கு வந்தான். அப்போது பிரேம் வீட்டில் இல்லை. அன்று காலையில் வீட்டுக்கு வந்திருந்த ஓரகத்திதான் கதவைத் திறந்துவிட்டாள். உள்ளே நுழையும்போது வீட்டு வாசலில் போடப்பட்டிருந்த கோலத்தைப் பார்த்தவன், “ஆஹா, எவ்வளவு பெரிய கோலம்? சூப்பர். அம்மாவுக்கு இந்த ஊரில் பிடித்த விஷயம் காலையில் கோலம்போடத் தேவையில்லை என்பதுதான்,” என்றான். இந்தப் பகுதியில் வீட்டு வாசலில் யாரும் கோலம் போடுவதில்லை. அவள் செய்த கைவினைப் பொருட்களையெல்லாம் வியந்து பேசினான். அவள் அவனுக்கு உருளைக்கிழங்கு போண்டா செய்து தந்தாள். “என் அம்மா எனக்கு ஏன் இதெல்லாம் செய்து தருவதில்லை,” என்று அவன் கேட்க பதிலுக்கு அவளும் ஏதோ சொல்ல இருவரும் சிரித்தனர். அவளது ஓரகத்தி அவர்களது பேச்சையும் சிரிப்பையும் ஒருவிதக் குறுகுறுப்புடன் கவனித்துக்கொண்டிருந்தாள். அவளது கணவனின் அண்ணாவும் அந்த ஊரில்தான் வேலையில் இருந்தார். திருமணத்துக்கு முன்பு பிரேம் தன்னுடைய அண்ணா அண்ணியோடுதான் தங்கியிருந்தார். இவள் வந்த பின்பு

அவர்களை இங்கே தனிக்குடித்தனம் வைத்துவிட்டு நகரத்தில் இன்னொரு பகுதியில் வீடு பார்த்துக்கொண்டு சென்றுவிட்டனர். நேரமிருக்கும்போது அவர்கள் எப்போதாவது இங்கு வருவது வழக்கம். அவள் ஓரகத்தி வாய் திறந்து தன் கணவனிடம் பேசிப் பார்த்ததைக் கண்டதில்லை. ஆனால் கண்ணாலேயே தன் கணவனை அவள் கட்டுப்படுத்துவதைக் கண்டு வியப்பாக இருக்கும் இவளுக்கு. வீட்டில் அத்தனை சரளமாய் யாருடனும் பேசாதவள் விஜயனுடன் சிரித்துப் பேசிக்கொண்டிருந்ததை அவள் ஓரகத்தி கணவனிடம் சொல்லிவிடுவாளோ என்று பயந்தாள்.

அன்றிரவு அவள் தன் கணவனிடம் தனக்குக் கால் வலிப்பதாகச் சொன்னாள். "ஆமாம் உனக்கு ஒருநாள் தலைவலி, ஒருநாள் இடுப்பு வலி. இன்று கால் வலி; படுக்கைக்கு வரும்போது மட்டும் எல்லா வலியும் வந்துடும். வீட்டுக்கு யாராவது வந்தா மட்டும் பார்த்துப் பார்த்துச் சேவை பண்ண முடியும்," என்று கோபித்தவனாகத் திரும்பிப் படுத்துக்கொண்டான். ஒரு நொடி, படுக்கை பூகம்ப அதிர்வுகளுக்குள்ளானது போலிருந்தது. மிகுந்த பயத்தோடு அவள் வலியப்போய் சமாதானம் செய்தாள். அன்றிரவும் தூக்கம் வர நெடுநேரமானது.

வேறொரு நிறுவனத்தில் அதிகச் சம்பளத்தில் வேலைக்குச் சேர்ந்திருந்தாள். தினமும் நாற்பது நிமிடம் பயணம். பஸ்ஸில் எல்லோரும் தன்னையே உற்றுப் பார்ப்பது போலிருக்கும். இது என்ன வியாதி என்று பயந்துபோய்ச் சாலையோரம் தெரியும் போஸ்டர்களை எழுத்துக் கூட்டிப் படித்துக்கொண்டே வருவாள். ஹிந்தி வாசிக்கக் கற்றுக்கொண்டது அப்படித்தான். செல்லும் வழியில் அவள் கடக்கும் சந்தன நிறத்திலிருக்கும் பிரம்மாண்டமான துக்ளங்காபாத் கோட்டைகளும் ராணிக்கெனத் தனியாக அமைந்த மஸ்ஜித்தும் அவளின் சிந்தனையைக் கலைக்கும். ஒருகாலத்தில் அவளும் ராணியாக இருந்திருப்பாளோ? சட்டென அந்தக் கோட்டை சாளரங்களுக்கிடையில் தன்னிச்சையாய்த் திரியும் ஆடுகளாக மாற ஏங்குவாள். அந்த வருடத்தின் குளிர்காலத் தொடக்கத்தில் சப்தபர்னியின் முரட்டு வாசனைஅவளுக்குப் பழகியிருந்தது.

ஒருநாள் பஸ்ஸில் பக்கத்து இருக்கையில் வந்தமர்ந்த ஒருவன் மெதுவாகப் பேச்சு கொடுத்தான்; சில கேள்விகள் கேட்டான்; அவள் பட்டுக்கொள்ளாமல் பதில் சொல்லிக்கொண்டு வந்தாள். இறங்கிச் செல்லும் போது, "எனக்கு உங்களிடம் நட்புகொள்ள வேண்டும்போலிருக்கிறது," என்றான். அவனைப் பிடித்திருந்ததா என்று அவளுக்குத் தெரியவில்லை. தன்னுடைய தொலைபேசி எண்ணைக் கொடுத்துவிட்டுப் போயிருந்தான். "என்னோடு

பேசிக்கொண்டு நட்போடு இருங்கள், உங்களுக்கு விரைவில் குழந்தை பிறக்கும்," என்றான். இனி யாரும் திருமணம் குறித்தோ குழந்தைகளைப் பற்றியோ கேட்டால் பொய்யான தகவல்களைத் தருவது என்று அப்போது தான் முடிவு செய்தாள்.

நிறுவனங்கள் மாறமாற புதுப்புது ஆண்களின் அறிமுகம் கிடைத்தது. சிலருடன் நன்றாக அரட்டையடிக்குமளவுக்குப் பழக்கம். பிடித்திருக்கிறது என்றுகூடச் சொல்லாமல் சிலரை வெறுமனே ரசித்துக்கொண்டிருக்கவும் செய்தாள். இந்த ஆண்கள் எல்லாரும் எப்போதும் தன்மீதே கவனமாய் இருப்பதாய் அவள் நம்பினாள்... எந்த ஆணையும் சடுதியில் தன்னுடன் பேசவைத்திட முடியுமென்றும் கர்வம் கொண்டிருந்தாள்... மோகனுடன் சினிமாவிற்குச் சென்றிருந்தபோது மங்கிய விளக்கொளியில் அவன் முத்தம் கொடுக்க முயன்றான்; பாதிப்படமே முடிந்திருந்தது. சட்டென எழுந்து அரங்கை விட்டு வெளியே வந்தாள். வாசலைத் தாண்டியும் திரையின் ஓசைகள் திடும் திடும் என்று ஒலித்தன. அது அவள் மனத் திண்டாட்டத்திற்கு ஒவ்வா பெரும் ஓசையாகப் பயமுறுத்தியது. அதே நிறுவனத்தில் பணிபுரியும்போது ராகவன் என்ற மற்றொரு நண்பனும் கிடைத்தான். ரம்மியமான மாலைப் பொழுதில் காபியைக் குடித்துக்கொண்டிருக்கும்போது தெரியாமல் உரசுவது போல ராகவன் கால்களால் உரசியபோது பேசாமல் இருந்தாள். திரையரங்கில் பாதியில் வந்ததுபோலல்லாமல், காப்பியை முழுதாய்க் குடித்துவிட்டு எழுந்தவள், "இந்த உலகில் எதுவும் இலவசம் இல்லையென்று தெரியும் ராகவன். இதோ நான் குடித்த காபிக்குப் பணம்," என ஆங்கிலத்தில் சொல்லிவிட்டுத் திரும்பிப்பார்க்காமல் நடந்தாள். சந்தோஷுடன் மதிய உணவை மட்டும் பகிர்ந்துகொண்டாள்.

ஆண்கள் எல்லோரிடமும் ஓயாத பேச்சுதான். அவளிடம் பேச ஆண்கள் பிரியப்படுவதை உணர்ந்தாள். இத்தனைக்கும் அவள் பிரத்தியேக அலங்காரம் செய்வதில்லை. சின்ன முகப்பூச்சு, உதட்டுச் சாயம்கூட இல்லை. அலுவலகத்தில் பெண்கள் எல்லாரும் அவளிடமிருந்து ஒதுங்கியே இருந்தார்கள். அதைப் பற்றி அவள் பொருட்படுத்தவில்லை. இன்னும் நிறைய ஆண்கள் அவளிடம் நட்பாகப் பேசினர். ஆண்களை அவள் அறிந்துகொண்டாள். பேச்சினால் ஆண்களைப் பிடித்துவைப்பது எப்படியென அவள் கற்றுத் தேர்ந்திருந்தாள். உலகத்தின் அத்தனை ஆண்களுக்கும் பிடிக்கும்படி இருக்கிறேன் என்ற பெருமிதமும் பூரிப்பும் அவளுக்கு. அது சரியானதா என்ற சந்தேகம் எழுந்ததுமில்லை. ஆனாலும் அவளுடையதோ எப்போதும் நிறையாத மனம்; அது ஒரு உடைந்த குடம்.

அடுத்த வார இறுதியில் பிரேமின் தூரத்து உறவினரான சத்யாவின் வீட்டுக்குச் செல்ல நேர்ந்தது. அங்கு சென்ற பின்னரே தெரிந்தது சத்யா அவளுக்கும் தூரத்து உறவு என்று. சத்யாவின் வீட்டை அவளுக்கு மிகவும் பிடித்திருந்தது. ஒரு கிரவுண்டில் கட்டிய பெரிய வீடு. வாசலும் வீட்டுத் தூண்களும் சுவர் அலங்காரமும் கலை ரசனையோடிருந்தன. ஹாலிலிருந்த ஊஞ்சல் அவளுக்கென்றே இருப்பது போலிருந்தது. வீட்டைச் சுற்றி நந்தியாவட்டை, புதர் போல அடர்ந்த மல்லிகைக் கொடிகள், ஃபேண்டா கலர் கனகாம்பரச் செடிகள், வேம்பு, கொய்யா மரமென்று மிகவும் ரம்மியமாக இருந்தது. அந்த வீடு அவளே அவளுக்கென்று நிர்மாணித்தது போலிருந்தது. அதே வீட்டு மாடியில் குடியிருந்த சத்யாவின் அம்மாவைப் பார்க்கச் சென்றார்கள். "சத்யா வீடு ரசனையோடு இருக்கு," என்றபோது, "சத்யா வீட்டுக்காரர் பார்த்துப் பார்த்துச் செதுக்கிக் கட்டினார்," என்று சத்யாவின் அம்மா சொன்னார். மாடியில் பேச்சும் சிரிப்புமாக நீண்ட நேரம் கழிந்த பின், சத்யாவின் தம்பி மனைவி அவளிடம் வந்து, "நீங்களெல்லாம் வந்திருக்கீங்கன்னு தான் கல்யாண் அண்ணா இன்னிக்கி இவ்வளவு நேரம் மாடியில் இருக்காங்க," என்றபோதுதான் சத்யா வீட்டுக்குப் போகிறோம் என்றபோது, "கல்யாண் அப்பாதான் உன்னை முதன்முதலில் பெண் கேட்டு வந்திருந்தார்," என்று அம்மா சொன்னது நினைவுக்கு வந்தது.

கல்யாணை இப்போதுதான் முதன்முதலாகப் பார்க்கிறாள். அவள் சந்தித்த எல்லா ஆண்களைப் போலத்தான் அவனும் இருந்தான். அந்தப் புன்னகை அவள் இதழ்களில் ஒட்டிக் கொண்டது. பாட்டியிடம் இருந்த கல்யாணின் ஆறுமாதக் குழந்தை கண்ணனைச் சட்டென அள்ளி அணைத்துக் கொண்டாள். இந்தக் குழந்தை என் குழந்தை என்று கணநேர ஏக்கத்தோடு அவனை மார்போடு அணைத்தாள். குழந்தை ஏதோ நினைவில் அவளிடம் பாலருந்த முண்டியது. நெஞ்சில் ஏதோ சுரந்து மூச்சடைப்பது போலிருந்த அந்தக் கணத்தில் அவள் மனமும் உடலும் நிறைந்து கனத்தது.

வீட்டிலிருந்து வெளியே வருகையில் சுவரோரம் பூத்து நின்றிருந்த சப்தபர்னி மரத்தைப் பார்த்தாள். மலர்களின் மணம் கிறக்க மூட்டியது. வெகுநாட்களுக்குப் பிறகு அன்றிரவு அவள் நிம்மதியாக உறங்கினாள்.

***காலச்சுவடு,* நவம்பர் 2017**

சில்லறை

உரசினால் பணம் கொட்டும் தானியங்கி இயந்திரமாகவே எல்லாரும் தன்னைப் பார்ப்பதாக பூரணிக்குத் தோன்றியது. ஆனால் செலவு செய்வது அவளுக்கு உவப்பற்ற விஷயம். எந்தக் காரணத்துக் காகவும் காசு தன் கையை விட்டுப் போவது பிடிக்காது. வீட்டிலிருந்து பேருந்து நிறுத்தம் சற்றுத் தொலைவுதான். ஆட்டோவைக் கூப்பிட்டால் ஏகத்துக்குக் கேட்பான்; நடந்தே பேருந்து நிலையம் அடைந்தாள்.

பேருந்தில் இருக்கை எதுவும் காலியாக இல்லை. நடத்துநர் இருக்கை அமைக்கப்பட்டிருந்த மேடையில் அமரும் அளவுக்கு இடமிருந்தது. அதன்மீது அமர்ந்துகொண்டாள். வெளியே வேடிக்கை பார்த்துக்கொண்டே வந்தாள். அடுத்த நிறுத்தத்தில் நான்கு பெண்கள் ஏறினார்கள். அவர்களில் மூன்று பெண்களின் கன்னங்களும் ஒருபக்கமாக வீங்கியிருந்தன. வெற்றிலையின் சுகந்த மணத்தோடு சுண்ணாம்புக் காரல் மணமும் சேர்ந்த அசௌகரியமான வாடை பேருந்தின் முன் பகுதியில் சூழ்ந்து பரவியது. ஒருத்தி பேருந்தின் உள்ளே சென்றாள். அவள் பக்கத்தில் நின்றவர்களில் இருவர் அம்மாவும் பெண்ணும் போலிருந்தார்கள். அந்தச் சிறுமி அவள் முன்பு குடியிருந்த வீட்டில் வேலை செய்தவளின் பெண் போலவே இருந்தாள்.

சிறுமி அவள் அருகில் அமர்ந்தபோது முதுகு சற்றே உரசியது. அது அவளிடம் எரிச்சலின் கொப்பளங்களைத் தோற்றுவித்தது. "கொஞ்சம்

தள்ளி உட்காருங்க.” அந்தப் பெண் கண்டுகொள்ளாததால் அந்தக் கொப்புளங்கள் பருத்துப் பெருகுவது போலிருந்தது. ஒரு வழக்கு விஷயமாக நீதிமன்றம் சென்றுகொண்டிருந்தாள். இந்த நேரத்தில் ஆட்டோவோ, வாடகைச் சிற்றுந்தோ பிடித்திருந்தால் இப்படி இடிபட்டுக்கொண்டு போக வேண்டாம். மறுபடி பேருந்து வளைவில் திரும்பியபோது அந்தப் பெண் உரசினாள்.

அவள் “கொஞ்சம் இடிக்காமல் உட்காருங்க,” என்றாள்.

“ஏனீ ஹேளித்தீறி, ஏசி பஸ்ஸல்லி பறபேக்கு” என்றாள்.

அந்தப் பெண் சீறியதிலும் அதைத் தொடர்ந்து அந்தப் பெண்ணின் அம்மாவும் சித்தியும் சேர்ந்து அரைமணி நேரம் திட்டித்தீர்த்ததிலும் எதுவும் புரியவில்லை. ஒருவேளை புரிந்திருந்தால் சூழல், தராதரம் எதையும் பொருட்படுத்தாது கத்த ஆரம்பித்துவிட்டிருப்பாள். ‘கோர்ட்டிலிருந்து திரும்பும்போது பஸ்ஸில் வரவேகூடாது’ என்று நினைத்துக்கொண்டாள். சின்னச்சின்ன விஷயங்களுக்கெல்லாம் தனக்கு ஏன் இப்படி எரிச்சல் வருகிறது என்று யோசித்தாள். அபூர்வாவிடம் இதைப் பற்றிப் பேச வேண்டும். ஆனால் இப்படி சிறுபிரச்சனைகளுக்குக் கூட அபூர்வாவை நாடுவது ஒரு போதைபோல ஆகிவிட்டது. ஆகவேதான் சுந்தர், அபூர்வாவிடம் போகவாரம்பித்த பின்னரே இன்னும் அதிகம் உணர்ச்சி வசப்படுறேன் என்று சொல்கிறாரோ?

பெங்களூரின் நிழல் படர்ந்த சாலைகளைப் பேருந்து கடந்து சென்றது. லேசாகப் பசிப்பது போலிருந்தது. ஆயுர்வேத மருத்துவர் சொன்னதன் பேரில் மதிய உணவை நிறுத்தியிருந்தாள். வெளியில் ஜூஸ்கடை தெரிந்தது. விதவிதமான பழச்சாறுகள். அந்தக் கடையில் ஒருவன் பழரசம் குடித்துக்கொண்டிருந்தான். பலவித நிறமுடைய பழங்களின் கலவையான அந்தப் பழச்சாற்றின் நிறத்தில் மனம் மயங்கியது. குடித்தால் நன்றாக இருக்கும். ஆனால் பூரணி அந்தக் கடையில் இருந்திருந்தால் ஆரஞ்சு ஜூஸ் மட்டுமே சொல்லியிருப்பாள். அதுதான் விலை குறைவு. எல்லோரும் “ஏன் இவ்வளவு சிக்கனமாக இருக்கீங்க,” என்பார்கள். அவளுக்கும் அது புரிந்ததில்லை. ஏன் இத்தனை சிக்கனமாக இருக்கிறோம் என்று யோசிப்பதிலும், எல்லா இடத்திலும் சிக்கனமாக இருக்க முடிவதில்லை என்ற வருத்தமே அதிகமாக இருந்தது. நண்பர்கள் கூடும் இடத்தில் அவள்தான் செலவு செய்ய வேண்டியிருக்கிறது. அவள் இருந்தால் யாரும் பர்ஸைத் திறக்கவே மாட்டார்கள். அதிகம் சம்பாதிக்கிறவள் செலவு செய்தால் என்ன என்ற எண்ணமே எல்லாருக்கும் இருந்தது. சந்திப்பு முடியும் ஒவ்வொருமுறையும் எப்போதும் நானே செய்ய வேண்டியிருக்கிறதே என்றும் மனதுக்குள் பொருமுவாள்.

அவளது வழக்கறிஞர் இரண்டு மணிக்கு நீதிமன்றம் வரச்சொல்லி இருந்தாள். ஊர்ந்துகொண்டிருந்த பேருந்து ஒவ்வொரு நொடியும் அவளுக்குப் பதற்றத்தைக் கூட்டிக் கொண்டிருந்தது. புறப்படுகிற அவசரத்தில் புத்தகம் எடுக்க மறந்திருந்தாள். புத்தகம் இருந்தால் நேரம் போவது தெரியாது. அந்தச் சிறுமி உரசிக்கொண்டே வந்தது அவளுக்கு இம்சையாக இருந்தது. வெளியே ஹெச்.ஏ.எல் அருங்காட்சியகம் பின்னகர்ந்தது. குடுவையைப் போலிருந்த அடிப்பாகத்தோடு நட்டுவைத்த தென்னைமரங்களுடனும் இளஞ்சிவப்பும் மஞ்சளுமாக ரோஜாக்களுடனும் இடையிடையே பசுந்தரையுமாய் அருங்காட்சியக வளாகம், எரிச்சலான பயணத்தைச் சில நொடிகள் மறக்கச் செய்தது. அந்த இளஞ்சிவப்பு மஞ்சள் நிறச் சேர்க்கை மனத்தைச் சற்று லேசாக்கியது.

மாமா மகள் மலர்ந்து வரவேற்ற அந்தத் திருமண வரவேற்பில் மஞ்சள், சிவப்பு ரோஜாக்களைத் தட்டு ஒன்றில் அடுக்கி அலங்காரமாக வைத்திருந்தனர். மாமாவின் பேத்தி பிரேமாவுக்குத் திருமணம். கிளம்பும் முன்பிருந்தே அம்மா அவளிடம் “எங்கே தங்கறோம்,” என்று நச்சரித்துக்கொண்டேயிருந்தாள். அவள் பதிலேதும் சொல்லாமல் வந்தாள். ரயில்நிலையத்தில் இறங்கியதும் அவள், “இங்கயே தங்கிடலாமா, வெளில இந்த நேரத்தில ரூம் கிடைக்குமான்னு தெரியலயே,” என்றாள். “நான் அப்ப இருந்தே கேட்டுட்டிருக்கேன் நீ கண்டுக்கல,” என்று அம்மா கோபித்த அதே சமயம் மாமா மகனும் அழைத்து, “மண்டபத்துக்கு அருகில் ஹோட்டலில் ரூம் போட்டு இருக்கோம். இங்கேயே வந்துருங்க,” என்றார். புகைவண்டி நிலையங்களில் செயலிகள் செயலிழந்துவிடுகின்றன. வெகுநேரமாக வாடகை வண்டி எதுவும் பதிவு செய்யமுடியாது போனது இன்னும் கவலையாக இருந்தது. வெளியில் வந்து ஆட்டோவைக் கேட்டால் இருமடங்கு பணம் கேட்டான்; பேருந்தில் போகலாமென்றால் அம்மாவை இழுத்துக்கொண்டு ஏறி இறங்குவது சிரமம்.

நீதிமன்றத்தில் இறங்கியபோது மணி இரண்டரையைத் தாண்டியிருந்தது. தன் வழக்கறிஞரை அழைத்தாள். “வந்துட்டீங்களா, அங்கேயே இருங்க வரேன்.”

“இரண்டு மணிக்கே வரச் சொன்னீங்களே.”

“பரவாயில்ல அதுதான் வந்துட்டீங்கல்ல, மூனு மணிக்குத்தான் கோர்ட் அதுக்குள்ள வந்துருவேன் அங்கேயே இருங்க. முடிந்தால் மூன்றாம்தளத்திற்குச் சென்று ஃஎப் டேபிளில் வரிசையில் நிற்க முடிந்தால் நில்லுங்கள், கோர்ட் சீல் வாங்கணும்” என்றார்.

நீதிமன்ற வளாகம் அன்னிய உணர்வைத் தந்தது. காவலாளிகளும் விலங்கிட்ட குற்றவாளிகளும் அவளும் ஒரே மின்தூக்கியில் பயணம் செய்தபோது அழுகை வந்தது. 'என் குடும்பத்தில் யாருமே இப்படி கோர்ட்க்கு வந்ததே இல்லையே. எல்லாமே அந்தப் பாவியால்தானே?' அந்த எண்ணத்தைத் தட்டிவிட்டு, ஃஎப் வரிசையைத் தேடினாள். அதிகக் கூட்டம் வரிசையில் நிற்கவில்லை. மீண்டும் கீழே வந்து பார்வையை ஓடவிட்டபோது பெரிய புன்னைமரத்தைப் பார்த்தாள். அதைச் சுற்றி மேடை; சற்று அருகில் ஆப்பிரிக்கன் துலிப் மலர்ந்து சுடர்ந்துகொண்டிருந்தது. புன்னைமரத்தைச் சுற்றியிருந்த மேடையில் அமர்ந்தாள். கொட்டிக்கிடந்த புன்னைமலர்கள் அவள் கவனத்தை ஈர்க்கவில்லை. இன்னும் என்னென்னவோ மரங்கள் அங்கே இருந்தன. பெயர் தெரியாத மரங்கள் அவற்றுக்கும் அவள் பெயர் தெரியாது. ஆனால் ஆறுதலாய் இரு என்று அவள் மடியில் தமது மலர்களை உதிர்த்தன. அவற்றின் வளைவும் நெளிவும் நடனஅசைவுகளை, ஓவிய நளினங்களை நினைவூட்டின. அவளும் நடனமாட ஆசைப்பட்டாள். நடனம், கலை, அதன் வழிபெற்ற நட்புகள். எதையும் நினைக்க வேண்டாம் என்று நினைத்தபோது, கையில் புத்தகம் இல்லை என்பது மறுபடியும் நினைவுக்கு வந்தது.

இந்தப் பிரச்சனைக்காக யாரிடம் போனாலும் இப்படித்தான் காலதாமதம் ஆகிவிடுகிறது. பிரேமாவின் திருமணத்தன்று சந்தித்த சட்டஆலோசகர் வரதனும் இப்படித்தான் காலதாமதம் செய்தார். அவர் இதுபோல பிரச்சனைகளில் சிக்கிக்கொண்டவர்களுக்கென்றே உதவ, தனது நண்பர் அறிவும் அவருடன் குழுவாக இயங்கும் சில ரௌடிகளும் உள்ளனர் என்றார். அறிவு இந்தமாதிரி வழக்கு களை நீதிமன்றத்திற்குச் செல்லாமலே தீர்த்துவைப்பார் என்றும், இத்தனை பிரச்சனைகளைக் கொடுத்தவனை அறிவு மேற்கொள்ளும் முயற்சியால் மட்டுமே வழிக்குக் கொண்டு வரமுடியுமென்றும் சொல்லியிருந்தார். அப்போது தொடங்கி அறிவிடமும் வரதனிடமும் பலமுறை தொலைபேசியில் பேசி நிறையக் குழப்பங்கள் ஆனதுதான் மிச்சம். அறிவு முதலில் இந்தப் பிரச்சனையில் சம்பந்தப்பட்டவனுடன் பேசிப் பார்க்கிறேன், சுலபம்தான் பிரச்சனையை எளிதில் முடித்துவிடலாம் என்று நம்பிக்கையோடு சொன்னார். கொஞ்சநாளில் பூரணி அதிகமாக நச்சரிப்பதாகவும் அவருக்கான கட்டணம் தராமல் ஏமாற்றுவதாகவும் நினைத்துக் கரடுமுரடாகப் பேச ஆரம்பித்தார். இதனை வரதனிடம் சொன்னபோது, "நீங்கள் நேரில் வாங்க பேசிக்கலாம்," என்றார். சந்திக்க வரும்போது ஆலோசனைக்

கட்டணமாக ஐந்தாயிரம் எடுத்து வரச் சொன்னார். சொல்லப் போனால் அவரைச் சந்திப்பதற்காகத்தான் அவள் அந்தத் திருமணத்திற்கே போனாள். திருமணம் முடியவே ஒன்பது மணியாயிற்று. அவர் வரச்சொல்லியிருந்த நேரமோ பத்து. அங்கிருந்து பறந்துபோனாலும் ஒருமணி நேரத்தில் அவர் சொன்ன இடத்திற்குப் போய்ச் சேரமுடியாது. அப்போதும் இதே பதற்றம். திருமணமண்டபத்திலிருந்து வாகன நெரிசலில் ஊர்ந்து ரயில் நிலையம் போய், ரயில் ஏறி, பின்னர் பஸ் மாறி, ஷேர் ஆட்டோ பிடித்து வியர்வையில் குளித்து அவர் சொன்ன இடத்துக்கு வந்து சேர்ந்தாள். குண்டானவர்கள் எப்படி இந்தப் படிகளில் ஏறுவார்கள் என்ற ஆச்சரியத்தோடு அந்தக் கட்டடத்தையும் அதன் குறுகலான படிக்கட்டுகளையும் பார்த்தாள். படிக்கட்டுகளில் ஏறி அவரது அலுவலகத்தை அடைவதற்குள் மயங்கி விழுந்துவிடுவாள் போலிருந்தது. அத்தனை இறுக்கமாகக் காற்றோட்டமே இல்லாத இடத்தில் அந்தப் படிக்கட்டுகள் இருந்தன. அவருடைய அலுவலகமும் அப்படியே இருந்தது. ஒருமணி நேரம் தாமதமாகப் போன அவளை மேலும் ஒருமணி நேரம் காக்க வைத்தார். வந்ததும் ஐந்தாயிரம் ரூபாயை வாங்கி ஜேப்பில் வைத்துக்கொண்டார். பத்து வார்த்தைக்கு மேல் பேசவில்லை. "வக்கீலுங்க அதிகம் பேசமாட்டாங்க. நேரம் மிக முக்கியம்," என்றவர், "அறிவுகிட்ட பேசிட்டேன். இனிப் பிரச்சனை இருக்காது. போய்ப் பாருங்க, விஷயத்தச் சுருக்கமாச் சொல்லுங்க," என்றார்.

மீண்டும் பசிப்பது போல் தோன்றியது. நீதிமன்ற வளாகத்தை விட்டு வெளியே வந்தாள். மிகவும் பரபரப்பான சாலை. ஹார்ன் சத்தங்கள் மண்டைக்குள் எதிரொலித்தன. எதிர்ப்புறம் ஒரு டீக்கடை; அங்கே சென்று டீ குடித்துவிட்டு வரலாமென்று நினைத்துச் சாலையையே பார்த்துக்கொண்டு நின்றாள். இப்படித்தான் அன்று பிரேமாவின் திருமணத்திற்குப் பின்னர் வரதனைச் சந்தித்துவிட்டுச் சாலையைக் கடக்க முடியாமல் நின்றது நினைவுக்கு வந்தது. பெரிய நகரங்கள் ஏன் இத்தனை பரபரப்பாக இருக்கின்றன. இப்படிப் பரபரப்பாக இருப்பதால்தான் அவை பெரிய நகரங்களோ?

அறிவைப் பார்க்க வேண்டும். அறிவையும் அன்றுதான் முதல்முறையாகச் சந்திக்க இருக்கிறாள். தொலைபேசியிலேயே கடுமையாகப் பேசியவரை எப்படிச் சந்திப்பது என்று மிகவும் பயமாகவும் படபடப்பாகவும் இருந்தது. அதற்கு முன்பு அபூர்வாவைச் சந்திக்க வேண்டும். அது கொஞ்சம் ஆறுதலாகவும் இருக்கும். ஒவ்வொருமுறையும் அபூர்வாவைச் சந்திக்க,

வீட்டிலிருப்பவர்களிடமும் வெளியில் சந்திப்பவர்களிடமும் ஏதாவது காரணம் சொல்வதில் பெரியசங்கடம் இருந்தது. வீட்டில் எப்படியோ சொல்லி வைத்திருக்கிறாள். அபூர்வாவின் ஆலோசனைகள் எதுவும் தேவையில்லை என்பது சுந்தர் எண்ணம். "நீ சரியாகத்தானே இருக்க பூரணி" என்பான் சுந்தர். அவளோ அந்த மனநல ஆலோசனை தன்னை அமைதிப்படுத்துவதாகவும் நம்பிக்கையை மேம்படுத்துவதாகவும் நினைத்துக்கொள்கிறாள்.

சாலையைக் கடந்து கடையை அடைந்தாள். அது தேநீர்க்கடை மட்டுமில்லை. உள்ளே மதியஉணவு, சப்பாத்தி யெல்லாம் கிடைக்கிற சின்ன உணவகம். அவளுக்கும் பசித்தது. ஆனாலும் மதிய உணவைத் தவிர்க்கும்படி ஆயுர்வேத மருத்துவர் சொன்னதையே தீர்மானமாக்கிக்கொண்டு பசித்தாலும் மதிய உணவைத் தவிர்த்து வந்தாள். சிலசமயம் நண்பர்களின் வற்புறுத்தலுக்காகச் சாப்பிட்டாலும் அவளுக்கு மதியஉணவு இல்லாமல் இருப்பதே வசதியாக இருந்தது. மிகச் சிறிய உணவகம். சிறிய மேசைகள் சிறிய நாற்காலிகள். ஏழுரூபாய் வாங்கிக்கொண்டு கொடுத்த தேநீரும் ஐம்பது மில்லி அளவுக்கும் குறைவாகத்தான் இருந்தது. அவள் வழக்கமாக அருந்தும் ஆரஞ்சு ஜூஸ் பதினைந்துரூபாய்தான். அபூர்வா வீட்டருகே கிடைக்கும் கூழ்கூடப் பதினைந்து ரூபாய்தான். அன்று பிரேமாவின் திருமணத்திலிருந்து வரதனைப் பார்த்துவிட்டு வந்தவள் நேராக அபூர்வா வீட்டுக்குப் போய்விட்டு அறிவைப் பார்க்க வருகிறேன் என்று சொல்லியிருந்தாள். அபூர்வா வீட்டுக்குப் போகும்முன் வழக்கம்போல அபூர்வா வீட்டருகே இருந்த கடையில் கூழ் குடித்தாள். நல்லவேளை அந்தக் கூழ் விற்கும் பெண்ணுக்கு அவளை அடையாளம் தெரியவில்லை. இத்தனைக்கும் போன தடவை பத்து ரூபாய் அதிகம் கொடுத்துவிட்டுப் போயிருந்தாள்.

"எவ்வளவு நேரம் இங்கே இருப்பீங்க?"

"ஒருமணி நேரம்."

"ஓ, அப்படியா. நேரம் கொறவா இருக்கே."

"இல்ல, நான் இன்னொருத்தரப் பார்க்கப் போகணும், அங்கிருந்து இருட்டறதுக்குள்ள உறவினர் வீட்டுக்குப் போகணும்."

"சரி எப்படி இருக்கீங்க, இன்னிக்கி என்ன பேசலாம்."

"எனக்கு ஒன்றும் தெரியல, ஆனா எனக்கு இப்போ மனசு நிம்மதியா இல்ல."

"சரி கண்ண மூடிக்கங்க," கண்களை மூடினாள்.

“மூச்ச ஆழமா இழுத்துவிடுங்க, உங்களச் சுத்தியிருக்கும் எல்லாத்தையும் உணருங்க. உங்க மனசுக்குள்ள என்னென்ன தோணுதோ சொல்லுங்க.”

கண்மூடி அமர்ந்திருந்தவளுக்கு முதலில் மின்விசிறி ஓடும் சத்தம் கேட்டது. பின்னணியில் கிளியோ வேறு எந்தப் பறவையோ மெல்ல ஓசை எழுப்பியது. எங்கோ தெருவில்போகும் வண்டியின் ஒலிப்பானின் சப்தம். மனதில் ஒரு கோபுரம் தெரிந்தது. ஸ்ரீரங்கத்துக்கோபுரம் போலிருந்தது. அவள் பார்க்கும் போதே அது திரும்பியது. என்னை விட்டு விலகியதால்தான் நீ இவ்வளவு கஷ்டங்களை அனுபவிக்கிறாய் என்று அது சொல்வது போலிருந்தது; சொன்னாள்.

“ஹூம்ம், ஏன் அந்தக் கோபுரம் அப்படிச் சொல்லுது. கொஞ்சம் கூர்ந்து அது கிட்டயே கேளுங்க.”

“முன்னெல்லாம் உப்புப் போடுவது முதல், உடைஅணிவது வரை எதுவென்றாலும் என்னிடம் கேட்பாய். எடுத்த எந்தக் காரியமும் சிறப்பாக முடியும். ஆனா, அவன் பேச்சை எப்ப கேட்க ஆரம்பிச்சியோ அன்னைக்கி என்னை விட்டு விலகிவிட்டாய். உன் அப்பா சொன்னார், எப்படி வளர்த்த பொண்ணு, பரம்பரையா வைச்சியிருந்த பொக்கிசமாச்சே அந்த நகை. யாரெல்லாம் வாழ்ந்த வீடு ...” வாக்கியத்தை முடிக்கும் முன்பே கோபுரம் மெதுவே காற்றில் கரைவது போலிருந்தது.

“அய்யோ அது முழுசா சொல்லலையே.”

“படபடப்பு வேணாம் பூரணி. ரிலாக்ஸ். அந்தக் கோபுரத்திடம் அடிக்கடி பேசுங்க. அத மாயையின்னோ நிஜம்ன்னோ எதுவும் அறிவுப்பூர்வமா சிந்திக்காதீங்க. உணர்வுப்பூர்வமா அது சொல்றதக் கேளுங்க. தற்சமயம் கோபுரமா பேசியது, உங்க உள்மனசுதான். நீங்க அடுத்தவர்கள் வழிநடத்துவார்கள் என்று நினைப்பதைக் காட்டிலும் உங்களையே நம்புங்கள் என்று முன்னமே சொல்லியிருந்தேன். இப்போ உங்க உள்மனசும் அதையே சொல்லுது. அதைக் கவனிங்க. அது சொல்றபடி செயல்படுங்க. எல்லாமே சரியாகிவிடும்.”

மேலும் கொஞ்ச நேரம் பேசிவிட்டுக்கிளம்பும் போதுதான் தேவையான அளவு காசு எடுத்து வரவில்லை என்று நினைவு வந்தது; சொன்னாள்.

“பரவால்ல, அடுத்த முறை கொடுங்க.”

தொலைபேசி ஒலித்தது. “எங்க இருக்கீங்க,” என்று தொலைபேசியில் ஒலித்த குரலுக்குப் பதிலளிக்கும் முன்னரே

அவள் தன்னுடைய வழக்கறிஞரைப் பார்த்துவிட்டாள். தேஜஸ்வினி. பெயருக்கு ஏற்றாற்போலப் பொன்நிறத்தில் ஜொலிப்பவளாக இருந்தாள். அருகில் சென்றாள். கருப்புக் கோட்டும் வெள்ளைப் புடவையும் அணிந்த தேவதை. வாயை மட்டும் திறக்கக் கூடாது. திறந்தால் தேவதை தெருவிறங்கிப் போய்விடுவாள்.

"மூன்று மணிக்குத்தான் கோர்ட்ன்னு சொல்லியிருக்கலாமே, நான் அடிச்சிப் பிடிச்சி வந்தேன்."

"அதனாலென்ன, அதான் வந்துட்டீங்க இல்லயா, வேலயப் பார்ப்போம். ஒரிஜினல்ஸ் எல்லாம் கைல வச்சிக்கங்க."

வராந்தா போலிருந்த இடத்தில் பழைய மேசைநாற்காலிகள் கிடந்தன. அங்கிருந்த எழுத்தரிடம் அழைத்துச்சென்று "இன்னிக்கி கேஸ் ரிஜிஸ்டர் செய்யணும்," என்றாள்.

பழைய மரநாற்காலியை நிரப்பி உட்கார்ந்திருந்தவர் ஏதோ முத்திரை வைத்துக்கொடுத்தார். எழுபது ரூபாய் கொடுத்தாள் தேஜஸ்வினி. 'கோர்ட் பீஸ் என்று மூவாயிரம் வாங்கினாளே. இங்கே எழுபது ரூபாய்தானே கொடுக்கிறா' என்று திகைத்தபோது, அருகில் அமர்ந்திருந்த இன்னொரு எழுத்தர், "இந்தக் கேஸை இங்கே பைல் பண்ண முடியாதே, இது சிட்டி கோர்ட்ல இல்ல பண்ணனும்," என்றார். தேஜஸ்வினி முகத்தில் பதற்றம் வந்தது. பூரணிக்கு ஏனோ அதைப் பார்க்க அதீத ஆனந்தமாக இருந்தது. எழுத்தரை மீண்டும் பார்த்தாள். நெற்றி நிறைய திருநீற்றுடன் ஒல்லியாக இருந்தார். பார்க்கப் பக்கத்து வீட்டுக்காரர் போலத் தோற்றம். மிகவும் நம்பிக்கையூட்டும், பொறுப்புணர்வு திகழும் முகம். முன்பொருமுறை ரயிலில் பயணித்தபோது அவள் பார்த்த, பெரிய குடும்பத்துடன் வந்து எல்லாருக்கும் வாஞ்சையாக உணவு பரிமாறி, குழந்தைகளுடன் சிரித்துப் பேசி இருந்த இடத்தையே மகிழ்ச்சியில் ஆழ்த்தியிருந்த மனிதன் போலிருந்தார். உடனே பேசி நட்பாகிவிட வேண்டுமென்ற எண்ணம் வந்தது. அவரைப் பார்த்துப் புன்னகைத்தாள். அவரிடம் இந்த வழக்குக்கு நீதிமன்றக் கட்டணம் எவ்வளவென்று கேட்க வேண்டும். தேஜஸ்வினி அதற்குள் விசாரித்துவிட்டு, பரபரப்பாக வந்தாள், "நாம அந்த கோர்ட்டுக்குப் போகணும்." அவளை அழைத்துப்போனாள். அந்த நீதிமன்றமும் அருகில்தான் இருந்தது. கொஞ்ச நேரம் காத்திருக்கச் சொல்லிவிட்டு தேஜஸ்வினி உள்ளே சென்றாள்

மரபெஞ்சில் அமர்ந்தாள். அதன் குளுமை உடலெங்கும் பரவியது. சற்று நேரத்துக்குப் பிறகு தேஜஸ்வினி வந்து இருபத்தாறாம் எண் அறைக்குப் போக வேண்டுமென்றாள்.

‘கூட்டுத் தொகை எட்டாக இருக்கே’ என்று யோசித்தவளாக அந்த அறைக்குள் நுழைந்தாள். உயர்ந்த மேடைக்குப் பின்னால் உயரமாய் இருந்த நாற்காலியில் நீதிபதி அமர்ந்திருந்தார். அவருக்கு முன்னால் நீதிமன்ற எழுத்தர். அவருடைய மேசைமேல் கோப்புகளின் மலை. மேலே பழைய மின்விசிறி கரக்கரக் சத்தமிட்டுக்கொண்டிருந்தது. அதிலிருந்து காற்று வீசாமலிருந்தால் மட்டுமே தன்னால் அங்கே உட்கார முடியுமென்று நினைத்தாள். மரக்கூண்டு அழகிய வேலைப்பாடுகளுடன் இருந்தது. நீண்ட, கோழி முட்டை வடிவ மேசை. அதன்மேல் பச்சை வண்ணப் பழங்கால வெல்வெட் துணி. ஆனால் மேற்புறத்தில் தூசு படிந்து அழுக்குவண்ணம் மட்டுமே புலப்பட்டது. ஒருபக்கம் திறந்திருந்த அந்த மேசையைச் சுற்றி நாற்காலிகள் போடப்பட்டிருந்தன. அதில் ஒன்றில் அவளுடைய வழக்கறிஞர் அமர்ந்திருந்தாள். பூரணி இதற்கு முன்பு நீதிமன்றத்திற்கே வந்ததில்லை. அங்கிருந்து எப்போது வெளியே போகலாம் என்றிருந்தது. நீதிமன்ற வளாகம் முழுவதும் மரமும் மலர்களும் சூழ்ந்து கொள்ளை அழகோடு கிறங்கடிக்கும் நறுமணத்தோடு இருந்தது. ஆயினும் அவளுக்குச் சுவாசம் திணறுவது போலிருந்தது. இயல்பாக இருக்க முயன்றாள். எல்லாம் அவனால் வந்தது. எத்தனை பெரிய சிக்கலில் மாட்டிக் கொண்டோம், போனால் போகிறதென்று விடவும் மனமில்லை. தேஜஸ்வினி அவளைப் பார்த்து, “கொஞ்சம் பொறுத்துக்கோங்க; அடுத்தது நம்மளுதுதான்” என்றாள்.

அப்போது கட்டையாக ரௌடி போலிருந்த ஒருவன் வட்ட வடிவ மேசைக்கு உள்ளாகப்போய் நின்றான். நீதிபதி அவனைப் பார்த்து, “நீங்கள் காசோலை மோசடி வழக்கில் குற்றம் சுமத்தப்பட்டிருக்கின்றீர்கள். உங்கள் மேல் முறையீடு கொடுத்திருப்பவருக்கு நீங்கள் ஒரு காசோலை கொடுத்திருந்தீர்கள். பின்னர் அவர் பணம் பெறுவதை வங்கியில் சொல்லி நிறுத்தி வைத்துவிட்டீர்கள். பாதிக்கப்பட்டவர் உங்களுக்கு வழக்கறிஞர் மூலமாக எழுத்து பூர்வ தகவல் அனுப்பியுள்ளார். அதற்கு நீங்கள் பதில் அளிக்கவில்லை. இதனை ஒப்புக்கொள்கின்றீர்களா அல்லது மறுக்கின்றீர்களா,” என்று ஆங்கிலத்தில் கேட்டார்.

“மறுக்கிறேன்” என்று அவன் ஆங்கிலத்தில் சொன்னான்.

ஏதோ ஒரு காகிதத்தை நீதிபதி குமாஸ்தாவிடம் கொடுத்து அவனிடம் அனுப்ப அதில் அவன் கையெழுத்திட்டான். காகிதம் மீண்டும் குமாஸ்தாவிடமே திரும்பியது.

மீண்டும் நீதிபதி “நீங்கள் காசோலை ஒன்றை வழங்கி யிருக்கிறீர்கள், பின்னர் அதன் மூலம் பணம் பெறுவதையும்

நிறுத்திவைத்துவிட்டீர்கள். உங்கள் மேல் புகார் முறையீடு செய்திருப்பவருக்கு நீங்கள் பணம் தர கடமைப்பட்டிருக்கின்றீர்களா?"

"இல்லை, நான் அவருக்கு எதுவும் தர வேண்டியது இல்லை."

இந்த முறையும் வேறு காகிதத்தையோ அதே காகித்தையோ அந்த நபரிடம் கையெழுத்துப் பெறச் சொல்லிக் குமாஸ்தாவிடம் கொடுத்தார். கையெழுத்துப் போட்டுக்கொடுத்துவிட்டு அவன் போனான். அவனுடைய வழக்கறிஞரும் கூடவே போனார். அந்த வழக்கறிஞரைப் பார்க்க அறிவு போலிருந்ததாக அவளுக்குப் பட்டது. அவளுக்கு மிகவும் பயமாக இருந்தது.

பிரேமாவின் திருமணத்தன்று அபூர்வாவைப் பார்த்துவிட்டு வந்தபின் அறிவு வரச்சொல்லி அருகிலிருந்த பூங்காவில் காத்திருந்தாள். அங்கே இருந்த மரமல்லி மரத்தையும் செங்கொன்றை மரத்தையும் மணிக்கணக்கில் ரசித்தவளாகக் கையோடு கொண்டுபோயிருந்த கவிதைப் புத்தகத்தை வாசித்தபடி காலத்தைக் கடத்தினாள். வந்து இரண்டு மணி நேரத்துக்கு மேல் ஆகியிருந்தது. மாலை மயங்கிப் பொழுது சாயத் தொடங்கியது. கிட்டத்தட்ட ஐந்தரை மணி இருக்கும், உருண்டு உருண்டு வந்து சேர்ந்த அறிவு குட்டையாக, குண்டாக இருந்தார். வசூல்ராஜா போலிருந்தார். கருகருவெனத் தேகம் அதை விடக் கருத்த கேசம். சட்டையில் இரண்டு பட்டன் வரை திறந்துவிட்டிருந்தார். சிறுவயதாகவே இருக்க வேண்டும், ஆனாலும் தொப்பை இருந்தது. கழுத்தில் நான்கைந்து பொன் சங்கிலிகள் கைவிரல்கள் அனைத்திலும் பெரிய பெரிய மோதிரங்கள். அவரிடமிருந்து லேசாகச் சாராய வாடையும் வீசியது.

"ஆக, முதல் தவணை வரச்சொல்ல, உங்களுக்கு விஷயம் இனி ஈஸியா முடிஞ்சிடும்ன்னு நினைச்சி என்ட்ட பேசல."

"அப்படில்லாம் இல்ல."

"பின்ன எப்படி? என்னை விட்டு பார்ட்டிட்ட நேரடியா ஏன் பேச்சத் தொடங்கின? நேரடியா காரியம் ஆயிட்டா என்ன அப்டியே டீல்ல உடலாம்ன்னு நினைச்சியா? சரி குடுத்த நகை, பணம் இனி வாங்கிடுவியா பார்த்துடலாம், அது வாங்கிட்டாலும் வீட்டுப் பத்திரம்...?"

"அப்படியெல்லாம் சொல்லாதீங்க உங்களை ஏமாத்தும் எண்ணமெல்லாம் இல்ல."

"சரி எனக்கு அனுப்ப வேண்டிய பத்தாயிரத்தை உடனே அனுப்பிவை. அப்பால அவனை என்ன செய்யலாம்ன்னு

யோசிக்கலாம். இனி அவன்கிட்ட நேரடியா பேசி கமுக்கமா பிரச்சனைய தீர்த்துகலாம்ன்னு யோசிக்காத."

அப்போது அவன் மெல்ல அவளருகே வர முயல்வது போல் பட்டது. விருட்டென எழுந்து, "சரி" என்றவாறு அங்கிருந்து திரும்பிப் பார்க்காமல் நடந்தாள். சில அடிகள் வைப்பதற்குள் கண்ணீர் வந்து முட்டி நின்றது.

அவள் பெயர் சொல்லி அழைக்கப்பட்டாள். பக்கவாட்டிலிருந்த மரபெஞ்சில் அமர்ந்திருந்தவள் எழுந்து விறுவிறுவென்று கோழிமுட்டை மேசைக்குள் நுழையப் போனவளை குமாஸ்தா "மேடம் ஸ்டாப், இங்க வாங்க," என்றார். குழம்பிப்போனவள் எங்கே போவதென்று திகைத்தாள். 'இங்கே' என்று குமாஸ்தா அருகே பக்கவாட்டில் வந்து நிற்கச் சொன்னார், "அந்த இடம் அக்யூஸ்ட்க்கு." குழப்பமும் படபடப்பும் அடங்காமல் அப்படியே விழித்துக்கொண்டு நின்றாள். இதைக் கூடவா தேஜஸ்வினி அவளுக்குச் சொல்லியிருக்கக் கூடாது. பேருந்துப் பயணத்தில் அவள் முதுகில் முளைத்திருந்த கொப்புளங்கள் இப்போது வெடித்துவிட்டிருந்தன. கோப்பைப் பார்த்த நீதிபதி வழக்கின் அடுத்தவிசாரணைக்குத் தன் முன்னிருந்த நாள்காட்டியைப் பார்த்து அடுத்த மாதத்தில் ஒரு நாளை அறிவித்தார். குமாஸ்தா அந்தத் தேதியைச் சத்தமாகச் சொன்னார்.

தேஜஸ்வினி "ஆயிற்று, போலாம்," என்றாள்.

"சரி அடுத்த மாசம் பார்ப்போம்," என்று கிளம்பத் தயாரானவளிடம், "கோர்ட் அப்பியரன்ஸ் பீஸ்?"

"அதுக்குத்தான் கோர்ட் பீஸ்ன்னு மூவாயிரம் கொடுத்தேனே!"

"கோர்ட் பீஸ் தனி மேடம். பேப்பர்ஸ் எல்லாம் டைப் அடிக்க ஜெராக்ஸ் எடுக்கன்னு நிறைய வேல இருக்கு. அதையெல்லாம் நீங்கக் கேட்கக் கூடாது. எவ்வளவு வில மதிக்க முடியாத விஷயத்தை யாரோ முன்னபின்ன தெரியாதவனிடம் கொடுத்திருக்கீங்க. உங்களுக்காக வாதாடும் எங்களுக்குத் தர மாட்டீங்க, எவ்வளவோ சம்பாதிக்கீறிங்க. ஒரு முந்நூறு ரூபாய் தர யோசிக்கிறீங்க, ஐ பிட்டி யூ."

முதுகில் வெடித்த கொப்புளங்களிலிருந்து திரவம் உடல் முழுவதும் பரவியது, உடல் திகுதிகுவென்று எரிந்தது. ஆனாலும் தேஜஸ்வினிக்கு அவள் பணம் தரவில்லை. "அடுத்த முற கண்டிப்பா கொடுத்திடணும்."

மேலே ஒரு வார்த்தையும் பேசாது, "சரி வரேன்," என்று விறைப்பாகச் சொல்லிவிட்டு விடுவிடுவென்று வெளியே வந்தாள். எதற்குக் கண்ட பேச்சை வாங்கணும். வரும்போதே இப்படிப் பணம் கேட்பாள் என்ற எண்ணம் இருந்தது அவளுக்கு. கேட்டதைக் கொடுத்துவிட்டு வந்திருக்கலாம். முந்நூறுரூபாய்தானே. எப்படிப் பேசிவிட்டாள். 'ஆமா அறிவு கேட்டபோதெல்லாம் பணம் கொடுத்தேன். இயன்றவரை வாங்கிக்கிட்டு, இதுக்கு மேல முடியாது கோர்ட்ல பார்த்துக்கோங்கன்னுதானே சொல்லிட்டான். இப்போ இவ ஆரம்பிச்சி இருக்கா,' என்று யோசித்தாள். ஆனாலும் மனம் அடங்கவில்லை.

பேருந்து நிலையத்தில் நின்று செயலியில் வாடகைவண்டி பதிவு செய்யலாமா என்று யோசித்தாள். ஏசி பஸ் வந்தது. ஏறிப்போக வேண்டுமென்று தோன்றவில்லை. அடுத்த முப்பது நிமிடமாக தேஜஸ்வினி சொன்ன வார்த்தைகளையே நினைத்துக் கொண்டு நின்றாள். கால்வலிகூடத் தெரியவில்லை. கூட்டமாக வந்த சாதாரணப் பேருந்தில் ஏறி நெருக்கியடித்து நின்றுகொண்டாள். சில்லறையைத் துழாவிக் கையில் வைத்துக்கொண்டாள். அதுவும் கையிலிருந்து நழுவி உருண்டுவிடும் போலிருந்தது. கெட்டியாக இறுக்கிக்கொண்டாள்.

பேசும் புதியசக்தி, ஜூலை 2018

யூனிபார்ம்

"சேது சித்தப்பா செத்துப் போயிட்டாராம் ஊருக்குக் கிளம்பணும்ன்னு அம்மா கூட்டிட்டு வரச் சொன்னாங்க, வாடி போலாம்,"

2—ஏ வில் படிக்கும் பானு இரண்டாம் வகுப்பு பி பிரிவுக்கு வந்து மாலாவைக் கூப்பிட்டாள்.

"அய் . . . ஊருக்காடி, ஜாலியா விளையாடலாம் இல்ல? சேது மாமாவா செத்துப் போயிட்டாங்க? தெரியாம சொல்லாத, தலைல வெள்ளயா முடி இருக்கவங்கதானே சாமிக்கிட்ட போவாங்க?"

"தெர்லடி, அம்மா சீக்கிரம் கிளம்பணும்னு சொல்லிட்டு வீட்டுக்குப் போயிட்டாங்க. வேகமா வா."

மாலாவுக்கு வேகமாக நடக்க வராது. எப்போதும் எதையாவது பராக்கு பார்த்துக்கொண்டு மெதுவாகத்தான் நடப்பாள். பானு வேகமாக வீட்டுக்குப் போய்விட்டாள். வீட்டுக்கு மாலா போய்ச் சேர்ந்த நேரத்தில் பானு ஜட்டியோடு நின்று கொண்டிருந்தாள். கையில் பால் டம்ளர் இருந்தது. அதை வேகவேகமாக குடித்துக்கொண்டிருந்தவள், மாலா வருவதைப் பார்த்து டம்ளரைப் பின் பக்கம் மறைத்தாள்.

"அய், சேம் சேம்,"

"போடீ!! நான் யுனிபார்ம் மாத்தறேன்."

"அத்த எனக்குப் பால்," என்றாள் மாலா.

"பால் தீர்ந்து போச்சு. உனக்கு வாளப்பளம் தரேன். அதுதான் உனக்குப் பிடிக்குமே. பளம் உனக்கு மட்டும்தான் பானுவுக்கு இல்லை."

மாலா பையை மேசைமீது வைக்கத் திரும்பியபோது, "ஸ்ஸ் ஆ ஆ" என்று பானு முனகுவது கேட்டுத் திரும்பிப் பார்த்தாள், பானு தன் கைகளைத் தேய்த்து விட்டுக்கொண்டிருந்தாள்.

"என்னடி ஆச்சு?"

"தெர்லடி வலிக்கிறது போல இருந்துச்சி."

உள்ளே போயிருந்த அத்தை ஒரு சின்ன வாழைப்பழத்தைக் கொண்டுவந்து கொடுத்தாள். அப்போது செல்வம் அங்கு வந்து சேர்ந்தான்.

"ஏ உம்மான மூஞ்சி, எங்கடி இங்க வந்த உங்க வீட்டுக்குப் போ," என்றான்.

பையை எடுத்துக்கொண்டு கிளம்ப இருந்தவளை, "மாலா, உங்க அம்மா ஸ்கூல்ல இருந்து வீட்டுக்குப் போயிட்டு இங்கேயே வந்துடுறேன்னு சொன்னாங்க. நீ இரு மாலா, அவன் கிடக்கிறான்," என்றாள் அத்தை.

செல்வமும் யூனிபார்மைக் கழற்றிவிட்டு வேறு கலர் உடுப்பு மாற்றிக்கொண்டான். அத்தை செல்வத்தை உள்ளறைக்கு அழைத்தாள். செல்வம் கையில் டம்ளரோடு வந்தான். மாலா ஏக்கத்தோடு பார்த்துக்கொண்டிருந்தாள். இன்னும் கொஞ்ச நேரம் பள்ளிக்கூடத்தில் இருந்திருந்தால் அவளுக்குப் பிடித்த உடைந்த கோதுமை உப்புமா கிடைத்திருக்கும். அம்மா அடிப்பாங்க என்று தெரிந்தும் திருட்டுத்தனமாக அதை வாங்கிச் சாப்பிடுவாள். இப்போது மாலாவுக்குப் பசிப்பது போலிருந்தது.

"செல்வம் உள்ள போய்க் குடி, டம்ளரை வெளக்கற இடத்தில் வைச்சிடு."

"இரும்மா குடிச்சிட்டுப் போறேன்."

பால் மேலுதட்டில் மெல்லிய வெள்ளைக் கோடாகப் பதிந்தது. "அத்த பால் தீர்ந்துபோச்சுன்னு சொன்னீங்க," என்றாள் மாலா.

"போன்னு சொல்றேன்ல," என்ற மெல்லிய குரலில் செல்வத்தை மிரட்டினாள் அத்தை.

"அத்தை நீங்க ஏன் மெதுவாவே பேசறீங்க, அம்மால்லாம் கோவம் வந்தா சத்தமா பேசறாங்க."

சன்னமாகச் சிரித்தாள் அத்தை. "அது பவுடர் பால் மாலுக் குட்டி, நல்லா இருக்காது கசக்கும், அவன் உன்ன வம்பிழுத்தான்ல, அதான் அவனுக்குக் கசக்கட்டும்ன்னு தந்தேன்"

"ஓ அப்படியா நல்லா வேணும் அவனுக்கு."

ஏதோ வேலை செய்ய அத்தை உள்ளே போய்விட செல்வம், பானு, மாலா மூவரும் ஒளிந்து பிடித்து விளையாட முடிவு எடுத்தார்கள்.

“சாட் பூட் திரி”

“எப்போதும் நானே கண்டுபிடிக்குணுமா?” சிணுங்கினாள் மாலா.

“கண்டு பிடிச்சா பிடி, இல்லைன்னா நாங்க ரெண்டு பேரும் வேற விளையாடறோம்,” என்றான் செல்வம். கோபித்துக்கொண்டு மாலா போய் ஒரு மூலையில் உட்கார்ந்துகொண்டாள். பானுவும் செல்வமும் ஓடிப் பிடித்து விளையாடிக்கொண்டிருந்தார்கள்.

ஊருக்குப் போனால் இப்படியில்லை எல்லோரும் சேர்ந்து விளையாடுவோம். செல்வம் பண்ணும் அட்டகாசத்துக்கெல்லாம் சேது மாமா அடி போடுவார். முழுப் பரிட்சை லீவுக்கு அம்மா, அப்பா, அக்கா எல்லாரும் ஊருக்குப் போவோம். அத்தை வீட்டிலேயும் எல்லாரும் வருவாங்க. சித்தி வீட்டிலிருந்தும் வருவாங்க. நாங்க எல்லாரோடும் அங்கே ஏழு கல் பாண்டி, பல்லாங்குழி, தாயம் எல்லாம் விளையாடுவோம். சேது மாமாதான் ஒவ்வொருமுறையும் ஒரு புது விளையாட்டைச் சொல்லித் தருவாங்க. போன லீவில் அவர் எல்லாக் குழந்தைகளையும் குரூப்பா பிரிச்சார். மாலாவும் மாலா அக்காவும் ஒரு பக்கம்; செல்வம், ராஜி இன்னொரு பக்கம். பானு, பன்னீர் மூன்றாவது(அடுத்த) பக்கம். நிறைய புளியங்கொட்டையைப் பரப்பி வைத்து, வாயால் சேது மாமா ஊதிக் காட்டினார். பத்து பன்னென்டு புளியாங்கொட்டை டான்ஸ் ஆடறது மாதிரி ஓடி அங்கொன்னும் இங்கொன்னுமாக, பாக்க அழகா இருந்துச்சு. அப்பறம் அதையெல்லாம் மறுபடி ஒன்னா வைச்சிட்டு இப்படி ஒவ்வொருத்தரும் ஊதுங்க, யார் டீம்க்கு அதிகம் புளியாங்கொட்டை சேருதோ அவங்க ஜெயிச்சவங்கன்னு சொன்னார். நாங்க எல்லாம் ஜோரா விளையாடினோம். செம கலாட்டா.

அப்ப பாத்து அந்தப் பக்கமா பெரிய மாமா வந்தாரு. ஓடிப்போய் சேது மாமா புது வெளையாட்டு சொன்னாரு மாமான்னு சொல்லிக்கிட்டே கட்டிப்புடிச்சேன். அவரு ஏதோ தேளு கடிச்ச மாதிரி கைய ஒதறிக்கிட்டு என்ன தள்ளி விட்டாரு. மூஞ்சிய கோவமா வைச்சிக்கிட்டு உள்ள போயிட்டாரு. இதுவே சேது மாமான்னா நான் கட்டிப் பிடிக்க வந்தா தூக்கித் தல மேல சுத்துவாரு. அப்படித்தான் முன்ன ஒருமுற சுத்துனபோது அதப் பாத்த தாத்தா, “பிள்ளய தல மேல தூக்கி சுத்தாத குடலேறிக்கும்ன்னு எத்தன வாட்டி சொல்றது? இப்படிச் சின்ன புள்ளங்க கூட ஒரே ஆட்டம்.

வேல வெட்டிக்குப் போல. நாலும் வீட்டுல மூட்ட ஏத்த இறக்க ஒட்டட அடிக்கன்னு வேல பாக்கலாமே; படிப்பு முடிச்சுட்டா துற மாதிரி இருக்கணுமா,"ன்னு செம திட்டு திட்டிட்டாரு. உடனே சேது மாமா மூஞ்சி சுண்டிப்போயி சோகமா உக்காந்துட்டாரு. தாத்தா, அம்மாவுக்கு அப்பாதானே; அதான் இப்படி எப்ப பாரு திட்டிட்டே இருக்காங்க. "சேது மாமா நீங்க செல்வத்தோட அம்மாச்சி வீட்ல பொறந்துருக்கலாம். அத்த மாதிரி அவங்க அப்பா கூட மெல்ல பேசுவாங்க. கோவமா திட்டவே மாட்டாங்கன்னு நினைக்கிறேன்,"னு சொன்னதும் உடனே சிரிச்சிக்கிட்டே "பெரியவங்கன்னா அப்படிதான் குட்டி இருப்பாங்க, அவங்க திட்றதுலாம் நல்லதுக்குன்னு," சொன்னாரு. "ஐ மாமா சிரிச்சுட்டாரு பாரு பானு, பன்னீர் மாமாவ நான் சிரிக்க வெச்சுட்டேன்," என்று சொன்னதும் சேது மாமா மறுபடியும் தட்டா மாலை சுற்றினதும் எனக்குக் கிறுகிறுன்னு வந்துட்டது.

அம்மாயி வீடு ரொம்ப பெரியது. ஒரு தெருவிலிருந்து இன்னொரு தெரு வரையிலும் நெடுக இருக்கும் வீடு. அம்மாக்கிட்ட மாலா அடிக்கடி கேட்பா, "ஏம்மா அம்மாயி வீடு இவ்வளவு பெரிசா இருக்கு,"ன்னு. நெல் காய வைக்க, வெங்காயம், மிளகாய் மூட்டை எல்லாம் அடுக்க வசதியா அப்படி நெட்டுக்க கட்டி இருக்காங்க,"ன்னு சொல்லுவாங்க அம்மா. கிழக்கு வாசல் இருக்கும் தெருவுக்கும் மண் வாசலுக்கும் நடுவுல பெரிய மேடு இருக்கும். கருங்கல்லு, வெள்ளைக் கல்லுன்னு அங்கங்க கல்லு கிடக்கும். நாங்க சாயுங்காலம் கல்லா மண்ணா விளையாட அதுதான் இடம். மண் வாசல எப்போதும் அம்மாயியும் பெரிய அத்தையும் சாணி போட்டு மொழுகி வைச்சிருப்பாங்க. மண் வாசல் தாண்டி கொஞ்சம் உள்ள தகரம் போட்ட தாழ்வாரத்தில நாலஞ்சி மாடு இருக்கும். எல்லாம் பசு மாடு. மாட்டுக்குத் தண்ணி வைக்கத் தொட்டி இருக்கும். லட்சுமியும் மத்த மாடுங்க எல்லாம் எதையாவது மென்றுகிட்டே நிக்கும். அப்படி நிறைய நேரம் மென்னு தின்னாதான் நானும் நல்லா பெரிய பொண்ணா ஆவேன்னு அம்மா சொல்லுவாங்க. இந்தப் புறம் உச்சா போற இடம், குளிக்கிற இடம் இருக்கும். கக்கூஸுக்குக் காலைல வாரிக்குதான் போகணும். மண் வாசலைத் தாண்டினா இரண்டு வாசப்படி ஏறி சிமெண்ட் போட்ட பெரிய வாசல் இருக்கும். வாசலுக்கு வடக்கால சின்ன இடத்தில் வேப்பமரம், கொஞ்சம் பூச்செடி இருக்கும். நாலைஞ்சி குண்டு மல்லிதான் பூக்கும். அதுக்கு நானும் பானுவும் சண்டை போட்டுக்குவோம். அக்கா சத்தம் போடாமா பறிச்சி வச்சிப்பா. எங்களுக்கு எப்பவும் கனகாம்பரம்தான் கிடைக்கும். அத்த உங்களுக்குத் தான் அதிகம் பூன்னு எங்க இரண்டு பேரையும்

அழாம இருக்கச் சொல்லுவாங்க. வாசலை ஒட்டி வீட்டோரம் ஓடு போட்ட தாழ்வாரம், திண்ணை, திண்ணையையொட்டி ஒரு ரூம், அப்பறம் உள்ள பெரிய ஹால், பெரிய சமையல் அறை. அம்மா தோசை ஊத்திப் போடும்போது எல்லாப் பிள்ளைகளும் அங்கே உட்கார்ந்து சாப்பிடற அளவுக்கு இடம் இருக்கும். சிலமுறை சோறு பிசைஞ்சிட்டு வந்து வாசலில் வைச்சி எல்லாப் பிள்ளைகளுக்கும் கொடுப்பாங்க. அப்ப செல்வம் லபக் லபக்னு தின்னுட்டு முன்ன முன்னக் கைய நீட்டுவான். அத்தை சண்டை போட்டா ஓடிப் போய் செவுத்துல முட்டிக்குவான். அம்மா அவனுக்கு எப்போதும் அதிகம் சப்போர்ட் பண்ணுவாங்க. வளர்ற பிள்ள திங்கட்டும்பாங்க. ஆனா அவன் என் கையிலிருந்து பிடுங்கிப்பான். அதைக் கூட ஒன்னும் சொல்ல மாட்டாங்க. அவன் தங்கச்சிய மட்டும் நல்லா பார்த்துக்குவான். என் அக்கா அப்படி இல்ல, என்கூட சண்டை போடறா. அம்மாகிட்ட கோள் மூட்டி அடிவாங்கி வைக்கிறா. நினைக்க நினைக்க அழுகையா வரும். சேது மாமா மட்டும்தான் உம்முன்னு இருக்கக் கூடாது. சிரிச்சிட்டே இருக்கணும்னு சொல்லிக் கிச்சி கிச்சி மூட்டுவாங்க.

அம்மாயி வீட்டு உள்ளே இன்னொரு ரூம் இருக்கும். அங்கே ஒரு போட்டோல பாட்டி ஒன்னு, முழுசா வேட்டி போர்த்தினது போலக் கட்டிக்கிட்டு உட்கார்ந்து இருக்கும். தாத்தா காலையில குளிச்சிட்டு வந்ததும் அந்த போட்டோ பாட்டிக்குப் பூப் போட்டு, “அருட் பெருஞ்ஜோதி தனிப்பெருங் கருணை,”ன்னு ரொம்ப நேரம் சொல்லிட்டு இருப்பாரு. எத்தன வாட்டி சொல்றான்னு எண்ணிப் பார்க்கலாம்ன்னு ஒவ்வொரு முறையும் நான் நினைப்பேன். ஆனா எண்ணவே முடியாது. அதுக்கும் சைட்லதான் பெரிய நெட்டுக்கு ஹால். அது வடக்கு வாசல்வரை ஒரே ரூமாட்டாம் இருக்கும். வடக்கு வாசலைத் தாண்டினதும் வெளில முல்லைப்பூ பந்தல் இருக்கும். நிறைய முல்லை பூக்கும். ஏணி வச்சி ஏறி செல்வமும் பன்னீரும் பூப்பறிச்சித் தருவாங்க. அம்மாவும் அத்தையும் சேர்ந்து சாயுங்காலம் முழுக்கக் கட்டி எல்லோருக்கும் வச்சி உடுவாங்க. அம்மா ரொம்ப நெருக்கமாக் கட்டுவாங்க. அவங்கிட்ட நைஸ் பண்ணி பானுவும் அக்காவும் வாங்கி வச்சிப்பாங்க. எனக்கு எப்போதும் அத்தை கட்டின லொட லொட பூதான் கிடைக்கும். வாங்கி வச்சிக்கிட்டுக் கொஞ்ச நேரம் உம்முன்னு இருப்பேன். ஆனா எல்லாரும் ஓடிப் பிடிச்சி விளையாடும்போது போய் விளையாடச் சேர்ந்துக்குவேன்.

காலையில எல்லாப் பிள்ளைகளும் எந்திரிச்சி வாரிக்குப் போவோம். லீவுக்குப் போகும்போது எப்போவுமே வாரில தண்ணி இருக்காது. எப்பவாவது ஐய்யாத்தில தண்ணி வந்தா

வாரிலையும் வரும்ன்னு சேது மாமா சொல்லுவாரு. ஒரே ஒரு தபா வாரியில் தண்ணி நிறைய வந்துச்சி. அப்ப அதப் பாக்க காவேரி மாதிரி இருந்துச்சின்னு சொன்னாரு. ஆனா நான் ஒரு வாட்டிகூட வாரில தண்ணி வந்து பார்த்தது இல்லை. வாரிக்கும் வீட்டுக்கும் நடுப்புற பெரிய புளியாமரம் இருக்கும். சேது மாமா பிள்ளைங்களை அதில் கிளையப் பிடிச்சி ஆடச் சொல்லி ஒரு விளையாட்டு சொல்லிக் குடுத்தாங்க ஒருமுறை. அப்படி ஆடிக் கீழ விழுந்து பன்னீர் ஒரு டைம் கைய ஒடச்சிக்கிட்டான். அன்னிக்கு சேது மாமாவுக்குச் செம திட்டு. அதுக்கு அப்பறம் யாரும் தாத்தாக்குத் தெரிஞ்சி புளியங்கிளையில் ஆட மாட்டோம். தாத்தா தோட்டத்துக்குப் போயிருக்காங்கன்னா ஒரே குதியாட்டம் போட்டுக் கிளையிலும் தொங்குவோம். கிளை எட்டாத பிள்ளைங்களை மாமாதான் தூக்கி விடுவாரு. என்னை ஒருமுறை தூக்கி கிளையப் பிடிச்சி ஆடச் சொன்னப்ப ஒரே கத்தா கத்திட்டேன். கை வேற எரிஞ்சது. சிவப்பாயிடுச்சி. ஒரே அழுகை. அப்பறம் மாமாதான் புளியம்பூ பத்துப் போட்டாரு. மாமா சில முறை அரச்சித் தர்ற புளியங்காய்த் துவையல் ரொம்ப சூப்பரா இருக்கும். திங்கத் திங்க இன்னும் வேணும் வேணும்ன்னு இருக்கும். அப்பறம் மாமா தும்பப் பூவில மோதிரம் செய்து போட்டுவிட்டா ரொம்ப நேரம் புதுசா வைச்சிருக்கானு என்னைச் சொல்லுவாரு. எல்லாரும் சீக்கிரம் பிச்சிப் போட்டுடுவாங்க. பானுவுக்குப் பத்து நிமிஷம்கூடப் போட்டு இருக்க துப்பு இருக்காது. என்னோடதையும் பிக்க பாப்பா தடிச்சி. பூவரச மரத்து பீப்பி கூடச் செய்து ஊதிக் காட்டுவாங்க. செல்வத்துக்குக் கூட ஊத வராது. நான் ஊதிடுவேன். கற்பூரப் புத்தின்னு சொல்லுவாரு. ரொம்ப நல்ல மாமா.

யோசித்துக்கொண்டிருந்த மாலா கொஞ்ச நேரத்தில் எழுந்து அவர்களோடு சேர்ந்து ஓட ஆரம்பித்தாள். உடனே செல்வம் ஏதோ கிண்டல் செய்ய பானு அவளைப் பார்த்துச் சிரித்தாள். இவங்களை மாதிரி இல்லை சேது மாமா, அவர்தான் ரொம்ப நல்லவர் என்று நினைத்தாள்.

“ஏய் பேசமா ஒரு இடத்தில் உட்காருங்க, இப்ப ஊருக்குக் கிளம்பணும், ஓடிப் பிடிக்கிறேன்னு எதையும் தள்ளி கிள்ளிவிட்டீங்க, அடிதான்,” என்று சொல்லிக்கொண்டே வந்தாள் மாலாவின் அம்மா.

“இவ்வளவு நேரம் சும்மா இருந்தா இல்ல, இப்போ நான் இன்னும் ட்ரஸ் கூட மாத்தலன்னு அழுவா பாரேன்,” என்று செல்வம் சொல்லி முடிக்கும் முன்னேயே மாலா, “அம்மா நான் இன்னும் யூனிபார்ம் கூட மாத்தல,” என்று சிணுங்கி

அழத் தொடங்கியதும், செல்வமும் பானுவும் கொல்லென்று சிரித்தார்கள்.

"இதுக்குதான் உனக்கு அத்த கசக்கிற பால் குடுத்தாங்க வெவ்வெவ்வே,"

"கசக்கிற பாலா," என்று ஒரு விநாடி யோசித்த மாலாவின் அம்மா, "சரி அழகு காட்டினது போதும் இங்க வா ட்ரஸ் கொண்டு வந்திருக்கேன், வா மாத்தி விடறேன்," என்று பேச்சை மாற்றினாள்.

"ஹூம் இங்கே வேணாம், நம்ம வீட்டுக்குப் போனால் இவங்க ஷேம் ஷேம் சொல்லுவாங்க," என்று அடம் பிடித்தாள் மாலா.

சின்னதாய் ஓர் அடி போட்டு சட்டை, அரைப்பாவாடையை வலுக்கட்டாயமாகக் கழற்றினாள் அம்மா. குனிந்து குனிந்து கைகளை மடக்கி விதவிதமாய் ஆட்டம் காட்டினாள். அம்மாவை விட்டுக் கொஞ்ச தூரம் ஓடப்பார்த்தாள். அம்மாவுக்குக் கோவம் வந்து ஒரு சாத்து சாத்தினாள்; இருந்தாலும் மாலா யூனிபார்மைக் கழற்ற விடவில்லை.

"அண்ணி அந்தச் சூட்டுக்கோலைக் கொண்டாங்க, இன்னிக்கி ஒரு இளுப்பு இளுத்தாத்தான் சரிப்படும்," என்றாள்.

மாலா பயந்துபோய் நின்ற ஒரு நிமிடத்தில் யூனிபார்மைப் பிடித்து இழுத்துக் கழற்றினாள் பானு. யூனிபார்ம் கிழிந்துபோனது. அவ்வளவுதான், ஜட்டியோடு ஒரேடியாக அழ ஆரம்பித்தவளைப் பார்த்து செல்வமும் பானுவும் ஷேம் ஷேம் என்றார்கள். அம்மா யூனிபார்ம் கிழிந்ததைக் கவனிக்காமல் சுருட்டி எடுத்துக் கூடைப்பையில் திணித்தார். வேறு சட்டையைப் போட்டுவிட்டு ஊருக்குக் கிளம்பினார்கள்.

அம்மாவும் அத்தையும் என்னவோ பேசிக்கொண்டிருந்தார்கள். செல்வமும் பானுவும் பஸ்ஸிலும் ஓயாது எதையாவது விளையாடினார்கள். யூனிபார்ம் கிழிந்துபோனதை நினைத்து ஒரே கவலையாக இருந்தது மாலாவுக்கு. அவளால் செல்வம், பானுவோடு விளையாட முடியவில்லை. முன்பொரு முறை சிலேட் உடைந்துபோனபோதும் காட்டாமல் வைத்திருந்ததற்குக் கிடைத்த அடியை நினைத்து ரொம்ப பயமாக இருந்தது.

"ஊருக்குப் போயிட்டு சுருக்க வரணும், காலாண்டு நெருங்குதுல்ல, மாலா அப்பா மஞ்சுவைப் பார்த்துக்கிறேன்னு சொல்லியிருக்காரு. அதான் சுருக்க வரணும்."

"ஆமாக்கா, வீட்ல போட்டது போட்டபடி இருக்கு. இந்த சேது ஆனா இப்படிப் பண்ணியிருக்கக் கூடாது, சும்மா வேல வெட்டியில்ல, என்னன்னு கேட்டதுக்கு இப்படியா?"

“என்னவோ போ, அய்யாவுக்கு அவன் ஒரு பாடாத்தான் இருந்தான். அய்யாவும் அண்ணனும் சும்மா இருக்காம ஏதாவது சொல்லிட்டே இருப்பாங்க. அவனுக்கு இரண்டு வருஷம் கழிஞ்சா நேரம் சரியாயிடும், பெரிய உத்தியோகம் கிடைக்கும்னு வடுகப்பட்டி வள்ளுவ ஜோசியர் சொன்னதா மாலா அப்பா சொன்னாங்க. அதுக்குள்ள இப்படி அநியாயம் பண்ணி அண்ணா பேருல தீராத பழியாக்கிட்டுப் போயிட்டான்”

சேது மாமா என்ன பண்ணி இருக்கக் கூடாது, பெரிய மாமா மேல் என்ன பழியாகும்? அம்மாவும் அத்தையும் பேசுவது ஒன்றும் விளங்காமல் திருதிருவென்று விழித்துக்கொண்டு உட்கார்ந்திருந்தாள் மாலா. சேது மாமாவை ஏன் தாத்தா எப்போது பார்த்தாலும் திட்டிக்கிட்டு இருக்காங்கன்னு நினைப்பாள். பெரிய மாமாவும் சேது மாமாவைத் திட்டிட்டாங்களோ. அதுக்கு சேது மாமா என்ன பண்ணியிருப்பாங்க?

பஸ் நின்றது. ரோட்டிலிருந்து வீட்டுக்குக் கொஞ்ச தூரம்தான். மாலா வேகமாக நடக்க மாட்டாள் என்று இடுப்பில் தூக்கிவைத்துக் கொண்டு மாலா அம்மாவும் அத்தையும் வேகவேகமாக நடந்தனர்.

“அக்கா அவள இறக்கி விடுங்க; இல்லாட்டா பானுவும் அடம் பண்ணப் போறா; என்னால தூக்க முடியாது.”

பானு மிடுக்காக, “என்னை ஒன்னும் தூக்க வேண்டாம். நானே நடப்பேன், அவ சோமாசி. அவளைத் தூக்கிக்கங்க ‘சேம் சேம்’ என்றாள்,” பானுவைப் பார்த்து.

“இறக்கிவிடுங்க அம்மா. நான் வேகமா வரேன்,” என்று கெஞ்சினாள் மாலா.

மாலாவை இறக்கிவிட்டு இன்னும் கதைகள் பேசிக்கொண்டே வந்தார்கள் அம்மாவும் அத்தையும். வீட்டுக்குப் பக்கத்தில் வந்ததும், ஸ்விட்ச் போட்டதுபோல அம்மாவும் அத்தையும் அழ ஆரம்பித்தார்கள். மாலாவுக்குச் சிரிப்பாக வந்தது. “பாவி ராஜா இப்படிப் பண்ணுவியா,” என சன்னமாக அத்தையும், “அய்யோ கண்ணு இப்படிப் பண்ணிட்டியேடா, பூ வைச்சி பொட்டு வைச்சி கல்யாணக் கோலம் பாக்காம இப்படிப் போயிட்டியே,” என்று சத்தமாக அம்மாவும் அழுததும் மாலா எதையும் புரிந்துகொள்ள முடியாமல் அம்மாவையும் அத்தையையும் மாறிமாறிப் பார்த்துக்கொண்டிருந்தாள்.

வீடு நிறைய இவ்வளவு கூட்டம் அவள் ஒருநாளும் பார்த்தது இல்லை. கிழக்கு வாசல் வழி உள்ளே நுழைந்தபோது சிமெண்ட் திண்ணையை ஒட்டியிருக்கும் ஓடுபோட்ட திண்ணையில் நடுவில் ஒரு சேரில் சேது மாமாவை மாலை போட்டு உட்கார

வைத்திருந்தார்கள். நெற்றியில் பெரிய பொட்டு. தலையைச் சுற்றித் தாவங்கட்டை வரை ஒரு வெள்ளைத் துணி கட்டப்பட்டிருந்தது. கையைச் சேரோடு சேர்த்துக் கட்டியிருந்தார்கள். “மாமா கைய ஏன் அப்படிக் கட்டிப் போட்டாங்க, இவ்வளவு பேரைப் பார்த்துப் பயந்து ஓடிடுவாங்கன்னு கட்டிப் போட்டாங்களோ,” என்று நினைத்தாள் மாலா. ஊதுபத்தி மணந்து கொண்டிருந்தது. “ஏன் ஊதுபத்தி திண்ணைல வைச்சி இருக்காங்க, எடுத்துட்டுப் போய்ப் பூஜையில் வைச்சிட்டு வரலாம்,” என்று யோசித்தாள். மேலே மாடத்தில் விளக்கு வேறு எரிந்துகொண்டிருந்தது. தேங்காய் உடைத்து வைத்திருந்ததையெல்லாம் பார்த்துப் பூஜை அறையைத் திண்ணைக்கு மாத்திட்டாங்கம்மா என்று அம்மாவிடம் சொல்ல ஓடினாள். உள்ளே பக்கத்து வீட்டுப் பாட்டியோடு அம்மா ஏதோ ஜாடையாகப் பேசிக்கொண்டிருந்ததைப் பார்த்ததும் மீண்டும் குழப்பமாக இருந்தது. அந்தப் பாட்டியும் அம்மாவும் வெளிய அழுதுட்டுல இருந்தாங்க, எப்படி அழுகை நின்னுச்சி?

புளியாங்கொட்டைகள் பரப்பியிருந்த மூலை கண்ணுக்குப் பட அங்கே சென்றாள். கூட்டம் கலைந்ததும் எல்லாப் பிள்ளைகளும் சேர்ந்து புளியாங்கொட்டை ஊதி விளையாடலாம் என்று நினைத்தாள். சேது மாமாவைக் கூப்பிட்டு அதுபற்றிப் பேசலாம் என்று நினைத்துத் திண்ணைக்குப் போனாள். சேது மாமாவின் பக்கத்தில் போய்க் கையைத் தொட்டாள் மாலா. ஐஸ்போல சில்லுன்னு இருந்தது மாமாவின் கை.

“மாமா புளியாங்கொட்டை ஊதி விளையாடலாமா நீங்க எந்திரிச்சி வந்ததும்.”

இதைக் கேட்டதும் அவளை இழுத்துக் கட்டிக்கொண்டு அழுதாள் பெரிய அத்தை. பெரிய மாமா துண்டை வாயில் பொத்தி அழுதபடி அவர்களைப் பார்த்தார். ராஜி, பன்னீர், எப்போதும் வராத சின்னாம்மா பிள்ளைகள் எல்லாரும் இருந்தார்கள். பெரியவங்க எல்லாரும் ஏன் இப்படி அழறாங்க என்று ஒரே குழப்பமாக இருந்தது மாலாவுக்கு. அத்தை அருகில் பானுகூட அழுதுகொண்டிருந்தாள். அடிக்கடி அம்மா சொல்லுவாங்களே, “பானுவ பாரு எவ்வளவு சமத்தா இருக்கா! தண்டக்கழுத மாதிரி திரியற, அவளப் பார்த்துக் கத்துக்க. நானும் அழணுமோ. கண்கள் மூடியிருந்த சேது மாமாவின் முகத்தைப் பார்த்துக்கொண்டிருந்துவிட்டு இந்தப்பக்கம் திரும்பினாள். தூரத்தில் தெரிந்த கூடைப்பையில் அவளுடைய யூனிபார்ம் தெரிந்தது. யூனிபார்ம் கிழிந்துபோனது அம்மாவுக்குத் தெரிந்தால்… அவள் உதடு பிதுங்கி முகம் கோணியது; கேவிக் கேவி அழ ஆரம்பித்தாள்.

***பதாகை*, நவம்பர் 2018**

புறாக்களை எனக்குப் பிடிப்பதில்லை

என் பிள்ளைகள் எங்கே என்று கேட்கும் பாவனையில் கிரில் மீது அமர்ந்திருந்த புறாவைப் பார்த்தவாறே பவித்ரா, கத்தியால் டார்க் டார்க் என்று சத்தம் எழும் வண்ணம் புறா எச்சங்களைத் தேய்த்து நீக்கிக் கொண்டிருந்தாள். புறா கண்களை உருட்டித் தலையை இலேசாகத் திருப்பிப் பார்த்தது. "என்ன பாக்கற? அப்படியே போட்டேன்னா," என்று சொல்லிக்கொண்டே கையை உயர்த்திப் புறாவை விரட்டினாள். நீள் சதுரங்களாக அமைந்திருந்த கிரில்லின் ஒரு சதுரச் சட்டகம் புறா அமரக் கச்சிதமாக இருந்தது. கம்பிகளைப் பற்றி அமர்ந்திருந்த புறா பறப்பதுபோல சிறகசைத்து விட்டு மீண்டும் அந்த இடத்திலேயே அமர்ந்திருந்தது. 'அக்கும் க்கும் க்கும்' என்று செருமல் ஓசையெழுப்பியது.

அதற்குப் போட்டியாக இன்னும் வேகமாகத் தரையைச் சுத்தம் செய்யத் தொடங்கினாள். காய்ந்து போயிருந்த புறா எச்சத்தை நீக்க நீக்க அது இன்னும் வளர்வது போலிருந்தது. அதே சமயத்தில் மெல்லத் தாவித் துணி துவைக்கும் இயந்திரத்தின் மீது அமர்ந்தது. அந்தச் சந்து பொந்துகளை எட்டிப்பார்த்தது. அப்படியே கொஞ்சம் எச்சமிட்டது. அதீத கோபம் கொண்டவள் வேகமாகக் கையசைத்துப் புறாவை விரட்டினாள். அது பக்கத்து அடுக்ககத்தின் ஜன்னல் விளிம்பையொட்டி நீண்டிருந்த சிமெண்ட் பலகை போய் அமர்ந்து தலை திருப்பி இறக்கையைக் கோதிக்கொண்டது.

நடனமாடுவது போலச் சுற்றி வட்டமடித்துக் காட்டியது. "பால்கனியையே நாஸ்தி பண்ணிட்டு இளக்காரமா பண்ணற? இங்கே வந்து உக்காரு, கழுத்த திருகிப் போட்டுருவேன்," என்றாள்.

"அத்த ஏன் திட்டற? அது பிள்ளைகளைத் தேடி வந்திருக்கும்."

"ஆமா ரொம்பதான். நீங்களும் பாலுவும் சேர்ந்து இத்தனை நாள் என்ன செஞ்சும் அது இங்க வர்றத விடல. இப்போ இதைச் சுத்தம் பண்றதுக்குள்ள கைவலி எடுக்குது."

"இன்னும் நாலு நாள் கழிச்சிக் கொண்டுபோய் விட்டிருக்கலாம்."

ஒன்றும் பதில் பேசாமல் சுத்தம் செய்வதைத் தொடர்ந்தாள். பழைய வேலைக்காரி இருந்தால் இந்த வேலைகளையெல்லாம் அவள் செய்ய வேண்டி இருக்காது. தன்வீடுபோல் பார்த்துப் பார்த்து வேலை செய்வாள். சின்ன விஷயங்களுக்கெல்லாம் அவளையும் குறை சொல்லிச் சொல்லி விரட்டி விட்டாச்சு. இப்போ இதுபோல வேல உயிர எடுக்குது. புதிதாக வந்திருப்பவள் ரொம்ப நாசுக்கு அவள் வந்த அன்றே இந்தப் பால்கனிப் பக்கம் பார்த்துவிட்டு முகம் சுளித்தவள் அந்தப் பக்கமே இன்றுவரை திரும்பவில்லை. பலமுறை இந்தப் பால்கனியைக் கூட்டிச் சுத்தம் செய் என்று சொன்னதையும் காதில் வாங்கவே இல்லை. நாற்றம் தாங்க முடியாமல் போய்விட்டதால் இன்று இவளே சுத்தம் செய்ய ஆரம்பித்தாள். "இந்தக் காப்பிய குடிச்சிட்டாவது போய் வேலையப் பாரு. பதினோரு மணியிலிருந்து அங்கேயே மல்லுக் கட்டிக்கிட்டு இருக்க." சமையலறைக்கு வந்து கையைக் கழுவிக் கொண்டு, காப்பி ஊற்றி வைத்திருந்த டம்ளரைக் கையில் எடுத்தாள். அதில் காலையில் சமையல் செய்யும்போது புளி கரைத்த கையோடு எடுத்ததற்கான அடையாளமாய் டம்ளரில் கொஞ்சம் புளிக்கறை பத்தாக அப்பியிருந்தது. அதை அழுத்தித் துடைத்த வேகத்தில் காப்பி கொஞ்சம் சிந்தியது. காப்பி டம்ளரை மேடை மீது 'டொக்' என்று சத்தமெழ வைத்துவிட்டுத் தரையில் சிந்திய காப்பியைத் துடைத்தாள். "குடிச்சிட்டுத் துடையேன்." கைகளைக் கழுவிக்கொண்டு காப்பியைக் குடிக்கத் தொடங்கினாள். அப்போது அம்மா தனக்கு ஊற்றிவைத்திருந்த காப்பியை எடுத்துக்கொண்டு சமையல் பாத்திரங்களைக் கழுவும் இடத்தினருகே நகர்ந்துபோய் நின்றுகொண்டு வேகவேகமாகக் குடித்துக்கொண்டிருந்தாள். ஸ்டூல் இருக்குமிடத்தைக் காட்டி, "அப்படி உட்கார்ந்து நிதானமா குடிங்களேன்," பவித்ரா எரிச்சலுடன் சொன்னாள். அப்பா இறந்தபின்னர் தனியாக இருக்க வேண்டாமென்று பவித்ரா தன் வீட்டுக்கு அம்மாவைக் கூட்டிக்கொண்டு வந்ததிலிருந்தே இப்படித்தான், பவித்ராவிற்கோ

புறாக்களை எனக்குப் பிடிப்பதில்லை

பாலுவுக்கோ காபி கலந்து கொடுக்கும் முன்னர் அம்மா காப்பி குடிப்பதில்லை. பின்னும் அதை யாரோ பறித்துக்கொள்வார்கள் என்பது போல அரக்கப் பரக்க குடிக்க வேண்டியது. மகேந்திர மங்கலம் வீட்டிற்கு எப்போதாவது செல்லும்போது அம்மா நிமிர்ந்த முதுகை நாற்காலியோடு ஒட்ட இருத்திக் காப்பி குடிக்கும் தோற்றமே கம்பீரமாக இருக்கும். வீட்டில் எல்லாரும் ஒன்றாக உட்கார்ந்து சாப்பிடும் போதும் எழுந்து கரண்டியோ உப்போ எடுக்கும் வசதிக்காக நாற்காலியின் நுனியில் பட்டும் படாமலும் அமர்ந்திருப்பாள் அம்மா. யாரும் ஏதேனும் கேட்டு வாய் திறந்த அடுத்த நிமிடம் அடித்துப் பிடித்துக்கொண்டு எழும் அம்மாவிடம், "ஏம்மா கையிலேருந்து சோறு சிந்துது பாருங்க. நான் போக மாட்டேனா," என்பாள் பவித்ரா.

புறா எச்சங்கள் விதவிதமான வடிவங்களில் விரவி இருந்தன. சிலது பூமி உருண்டை போலவும் முயல் குட்டி போலவும் கண்கள் போலவும் இன்னும் பல பல வடிவங்களில் முப்பரிமாண ஓவியங்கள் போல இருந்தன. இலேசான பழுப்பு நிறத்தில் வெள்ளையும் கலந்த வடிவான கலை உருவங்களாக அவை விரிந்து நின்றன. கத்தியில் கீறியபோது அதில் ஒன்றில் புறா அடைகாப்பது போல வடிவம் தோன்றியதும் மிகவும் எரிச்சலுற்றவள், வேகமாக அதைத் தேய்த்து நீக்கினாள். பவித்ராவுக்கு வீடு எப்போதும் மிகவும் சுத்தமாக இருக்க வேண்டும். அடிக்கடி வீட்டைத் துடைத்துத் துடைத்துப் பளிங்கு போல வைத்துக்கொள்வாள். கொஞ்சம் சுத்தம் குறைந்தால்கூட சகித்துக்கொள்ள முடியாது. வீட்டில் அடிக்கடி சண்டை வருவதே இதன் பொருட்டுதான். அம்மாவுக்கு எப்போதும் எல்லாமும் சுத்தமாக வைக்க முடியாது. பவித்ராவுக்குப் பயந்துகொண்டே எல்லாம் சுத்தமாக வைக்க முயற்சி செய்வாள் அம்மா. இருந்தாலும் சமையல் செய்யும் நேரத்தில் சமையலறை மேடை, தரையெல்லாம் காய்கறி வெட்டியெறிந்த குப்பை, வெங்காய சருகு, காய்கறி, பாத்திரம் கழுவி எடுக்கும்போது வடியும் தண்ணீர் என எல்லாமும் கலந்து சகதிபோலக் கிடந்தால், சமையல் முடியும்வரைகூட பொறுத்துக்கொள்ள மாட்டாள். "இப்படிக் குப்பை மேலயே இந்தப்பக்கமும் அந்தப்பக்கமும் நடக்கக் கால் கூசலையா?" என்று கேட்டால், "சமையல் அடுப்பில இருக்கும்போது இத எப்படி கவனிக்க முடியும்? காய் கருகிப் போயிடும்," என்பாள் அம்மா. பவித்ரா சமையல் செய்யும் விதம் வேறு. அந்த நேர்த்தியை அம்மாவிடம் எதிர்பார்க்கக் கூடாதென்றாலும் சிலமுறை கடும் வாக்குவாதமாகிவிடும். எவ்வளவு அலுப்பாக வீடு திரும்பும் நேரத்திலும் ஏதேனும் இடம் அழுக்காக, ஒழுங்கு குறைவாக இருந்தால் புலம்பிக்கொண்டே

அதைச் சரி செய்து விட்டுத்தான் ஓய்வெடுக்கப்போவாள். பிறகு செய்தால் சுத்தமாகாதோ என்று வீட்டில் எல்லாரும் கிண்டல் செய்வார்கள். என்னால் தூய்மை குறைவான இடத்தில் இருக்க முடியாது, யாரோ வீடுபோலப் போட்டு வைக்க முடியாது என்றும் வாதிடுவாள். புத்தக அலமாரி, புடவை அலமாரிகள் எப்போதும் கலையாத ஒழுங்கோடே இருக்கும். அவள் வீடு மூன்று படுக்கை அறைகொண்ட கச்சிதமான அடுக்கக வீடு. மூன்று பால்கனிகள் இருந்தன. ஒன்றில் சில தட்டுமுட்டுச் சாமான்களும் கொலுவின்போது உபயோகிக்கும் மரப்படிகளும் கிடந்தன. வடகிழக்குப் பக்கமாக இருந்த இன்னொரு பால்கனியில் துளசிச் செடியொன்றை வைத்துப் பராமரித்துக்கொண்டிருந்தார்கள். மூன்றாவது பால்கனியில் தண்ணீர்க் குழாயுடன் இருந்த இடத்தில் துவைக்கும் இயந்திரம் இருந்தது. வீடு சிறிய வீடு என்றாலும் பளிச்சென்று இருக்க வேண்டுமென்று அதற்குத் தகுந்ததைப் போல நிறங்களைச் சுவர்களுக்குத் தெரிந்தெடுத்திருந்தாள். சமையலறைச் சுவர்களும் வரவேற்பறைச் சுவர்களும் அம்மா அவ்வப்போது பிடித்துக்கொண்டு நடப்பதால், அவரின் கைப்பட்டுக் கறுப்பாகி இருந்தன. சுவர்களில் குழந்தை கிறுக்கும் ஒழுங்கற்ற வடிவங்கள் போல் இருந்தன அவை.

துவைக்கும் இயந்திரத்தின் மேல்தட்டில் இரண்டு புறாக்கள் சில குச்சிகளையும் மெல்லிய கம்பிகளையும் கொண்டுவந்து வைத்துக் கூடு கட்ட முயற்சி செய்தன. அவ்வப்போது அவற்றை யெடுத்து வெளியில் போட்டபடி இருந்தாள். மீண்டும் மீண்டும் புறாக்கள் குச்சிகளோடு வந்தன. வார இறுதியில் இரண்டு நாள் விடுப்பெடுத்து உல்லாசப் பயணம் போயிருந்த சமயம் துவைக்கும் இயந்திரத்தின் ட்ரேயில் புறாக்கள் கூடு கட்டி முட்டையிட்டிருந்தன. கடந்த வருடமும் ஒரு முறை இப்படித்தான் நடந்தது. அடுத்த நாள் எதையோ சுத்தம் செய்ய அதன் அருகில் போன சமயத்தில் புறா பயந்து பறந்ததில் முட்டைகள் கீழே விழுந்து உடைந்துபோயின. நாற்றமெடுத்த அதைச் சுத்தம் செய்த வேலைக்காரி புறாவைப் பார்த்து, “அய்யோ பாவம்,” என்றாள். இப்போதும் அப்படி ஆகி விடக்கூடாது என்று பயந்து அந்தப் பால்கனிப் பக்கமே பவித்ரா போவதைத் தவிர்த்தாள். குச்சிகளையும் கூடவே கம்பிகளையும் சேர்த்துக் கட்டியிருந்த கூட்டில் புறா அடைகாக்கத் தொடங்கியது. கம்பிகள் புறாவின் மென்மையான உடலை உறுத்துமே என்று அதை நீக்க அருகில் போனால்கூடப் புறா படபடத்துப் பறந்துபோய் அருகிலிருக்கும் அடுக்ககத்தின் ஜன்னலின் மேல் விளிம்பில் அமர்ந்துகொள்ளும். அப்போது முட்டைகள் பரிதாபமாக அவளைப் பார்ப்பது போலிருக்கும். கம்பிகளை நீக்கப் போய்

முட்டைக்கு ஏதாவது ஆகிவிடுமோ என்று நினைத்து அதன் அருகே போவதில்லை. அங்கே குப்பை சேரத் தொடங்கியது. புறா, குஞ்சு பொரித்ததும் போய்விடும் பிறகு சுத்தம் செய்து கொள்ளலாமென்று நினைத்துப் பொறுமையிழந்து காத்திருந்தாள். பால்கனியிலிருந்து பார்க்கும்போது வசந்தத்தில் மலரும் இளஞ் சிவப்பு வசந்தராணி மலர்கள் குபீரென்று பூத்துநின்ற மரத்தின் அழகைக் கூட ரசிக்க முடியாமல் போய்விட்டது. பால்கனியை எட்டிப் பார்த்துப் பெருமூச்சுவிட்டு நகர்ந்தவளைப் பார்த்து அம்மா புன்னகை செய்தாள். "எப்படா அந்த இடத்தைச் சுத்தம் செய்யலாம்ன்னு பார்க்கறயா?" அம்மா குளித்துவிட்டு வந்ததால் ஹமாம் சோப் வாசனை கூடம் முழுக்க வீசியது. பதில் எதுவும் சொல்லாமல் அம்மாவின் பாதங்களிலிருந்து படிந்த நீர்த்தடங்களைத் துடைத்துவிட்டு அந்தத் துணியை அலச குளியலறைக்குள் போனாள். சோப் நறுமணத்தைத் தாண்டி மெல்லிய முடை நாற்றம் வீசியது. கழிப்பறையில் சரியான தண்ணீரை உபயோகிக்காததால் எழும் நாற்றமது. கழிப்பானும் அசிங்கமாக இருந்தது. இது அம்மாவின் தண்ணீர் சிக்கனத்தின் பின்விளைவு. அதைப் பற்றிச் சொல்ல வாயெடுத்தபோது பூஜையறையில் அம்மா தியானம் செய்யும் ஓசை கேட்டது. "ஓம்ம்ம்ம்ம்" ஓங்காரம் ஒடுங்கி ஒலித்தது. அது மகேந்திர மங்கலம் வீட்டில் கணீரென்று ஒலிப்பது மானசீகமாக அவள் காதில் கேட்டது. கழிப்பானைச் சுத்தம் செய்துவிட்டு நிறையத் தண்ணீரை ஊற்றினாள்.

குஞ்சு பொரித்தவுடன் அவள் நினைத்த மாதிரி புறாக்கள் போகவில்லை. இன்னும் அட்டகாசம் ஆகிவிட்டது. துவைக்கும் இயந்திரத்தின் ட்ரே முழுவதும் எச்சங்களால் நிறைந்து வழியத் தொடங்கியது. கதவைத் திறக்கக் கூட முடியாமல் நாற்றம் அடிக்க ஆரம்பித்தது. வேலைக்காரி வேலையை விட்டுப் போயிருந்ததால் துவைக்க மிகவும் கடினமானது. குஞ்சுகளுக்கு உணவைத் தன் வாயிலிருந்து ஊட்டி விடும் புறாவைப் பார்க்கும்போது அந்த நாற்றம் தாய்மையின் மணமாக மாறி அவளைத் திண்டாடச் செய்தது. சாயுங்காலம் எப்போதும்போல நடைப்பயிற்சிக்குக் கிளம்பும்போது அம்மா, "நானும் வரேன்; பார்க்கில செத்த உட்கார்ந்துட்டு வரேன்," என்றாள். அம்மா கிளம்பி மெதுவாக வரும்வரை பவித்ராவுக்குப் பொறுமையில்லை. "நீங்க பாட்டுக்குக் கிளம்பிப் போங்களேன்; உங்களிடம் தான் ஒரு செட் சாவியிருக்கே. எங்களுக்காக வேக வேகமா வீங்க கால் தடுக்கிட்டா," என்றாள். "லிப்ட்ல உங்க கூடவே போயிடலாம்ன்னு நினைச்சேன். சரி இனிமே நான் பாட்டுக்குப் போய்க்கிறேன்." ஊதா நிறக் கதலி மலர்கள் பூத்த மரத்தைக் கடந்துபோகும்போது பாலுவிடம்,

“ட்ரே முழுசும் புறா பேண்டு நிறைஞ்சி போச்சுங்க. என்னால கொஞ்சம்கூடச் சகிக்கவே முடியல,” என்றாள். கதலி மலர்களின் நிறமும் வடிவமும் அவளைக் கிளர்த்தின. “சின்னச் சின்ன குஞ்சா இருக்குல்ல பவி, பாவம்ல அது. எங்கயாவது விட்டா பூனையோ கழுகோ தூக்கிட்டுப் போயிட்டா,” அம்மா பூங்காவில் ஒரு கல்பலகை மேல் அமர்ந்து சிலருடன் பேசிக்கொண்டிருந்தாள். இவளைப் பார்த்துக் கையசைத்தாள். பவித்ரா அமைதியாக நடந்து அடுத்த சுற்றைத் தொடர்ந்தாள். “என்ன செய்றது அடைகாத்தவரை பிரச்சனையில்லை, இப்போது இவ்வளவு அசிங்கம் செய்யுதே. துணி துவைப்பது பெரும் பிரச்சனையா இருக்கு. வேறு வேலைக்காரியாவது கிடைச்சிட்டா பரவாயில்ல.” சில் வண்டுகளின் ரீங்காரம் கல்ல்ல்ல்ல்ல்ல் என்று காதை அடைத்தது. “சில்வண்டு ரொம்ப சத்தம் போட்டா மழை வரும்,” என்றான் பாலு. “மழை வேற வந்துட்டா பால்கனி அவ்வளவுதான். குப்பை, புறாவின் எச்சம் இரண்டும் கலந்து ரொம்ப கொடும ஆயிடும். அப்பறம் சுத்தம் பண்றதும் கஷ்டமாயிடும். ஹ¬ம்ம்ம்.” அடுத்த சுற்று வரும்போது அம்மா மற்றொரு கல்பலகையில் அமர்ந்து வேறு சிலரிடம் பேசிக்கொண்டிருப்பதைக் கண்டாள். அதைப் பார்க்கக் கொஞ்சம் எரிச்சலாக இருந்தது. “அம்மா பழங்காலத்திலேயே இருக்காங்க. வேலைக்காரிங்க வேலை அப்படியிப்படி இருந்தா கொஞ்சம் அட்ஜஸ்ட் பண்ணனும், இல்ல நாசுக்கா சொல்லணும். விஜயாவைத் தினம் குறை சொல்லிட்டே இருந்தாங்க, அவ போயிட்டா. அவ இருந்திருந்தா தினம் சுத்தம் செய்திருப்பா; எனக்குப் பிரச்சனையே இருந்திருக்காது.” கொஞ் சநேரம் அதை ஆமோதித்து மௌனமாக நடந்தவன், “இந்தப் புறாக்குஞ்சிங்க கொஞ்சம் வளரட்டும்; கீழே கொண்டுபோய் விட்டுடலாம்,” என்றான். அடுத்த சுற்று வரும்போது அம்மா வேறு சிலருடன் சிரித்துப் பேசிக்கொண்டிருந்தாள். பவித்ரா முகத்தைத் திருப்பிக்கொண்டு, “இன்னிமே பார்க் பக்கம் வராம வேற இடத்தில் நடக்கலாம்,” என்றாள். அவள் முக மாறுதல்களைக் கவனித்தவன், “பெரியவங்க, கிராமத்திலிருந்தவங்க அக்கம் பக்கம் பேசணும்னு நினைப்பாங்க, சகஜம்தானே,” என்றான். “அம்மாவ யார்கிட்டனாலும் குறைவா பேசுங்கன்னு சொல்றேன். கிராமம் மாதிரி இங்கே இருக்க எல்லாரையும் நம்மவங்கன்னு நினைக்க முடியுமா?” மௌனமாக பாலு நடக்க, “நடக்கும்போது தத்தக்கா பித்தக்கான்னு நடக்கறாங்க. விழுந்துடுவான்னு பயமா இருக்கு. வீட்டிலையே இருங்கன்னா கேட்கறதே இல்ல,” அவள் கையை மென்மையாகப் பற்றிக்கொண்டு, “கவனமா வந்துட்டுப் போனாங்கன்னா சரிதான். வீட்டிலையே எவ்வளவு நேரம்தான் இருப்பாங்க,” என்றான்.

வேலைக்கு ஆள் கிடைக்காமல் இழுத்துப் போட்டுக் கொண்டு வீட்டு வேலை, சமையல், துவைப்பது என்று எல்லா வேலைகளையும் செய்ததும் ஒரே வாரத்தில் பவித்ராவிற்குக் காய்ச்சல் வந்தது. "பழக்கமில்லல அதான் இப்படி." துவைக்கும் இயந்திரத்தின் ட்ரேயைப் புறாக்குஞ்சுகளோடு அலுங்காமல் கீழே எடுத்து வைத்துவிட்டுப் பார்த்தால் மெசினுக்குள்ளும் புறா எச்சம் அதிகம் இறங்கி இருந்தது. அதையெல்லாம் எடுத்துப் போட்டுவிட்டுத் தண்ணீர் விட்டு அலசி இயந்திரத்தைப் போட்டால் அது கர கர என்று உறுமியவாறே சுற்றாமல் நின்று கொண்டிருந்தது. எல்லா எரிச்சலும், பவித்ராவிற்கு, அந்தப் புறாக்குஞ்சுகள்மீது திரும்பியது. "சனியன்கள் இங்கே வந்துதான் பொறக்கணுமா, நம்ம உசிர எடுக்க," என்று வையத் தொடங்கினாள். "விடு பவிம்மா பாவம்; அதுங்க என்ன பண்ணும்," என்றாள் அம்மா. "ஆமா, பாவம் பார்த்துப் பார்த்துதான் வீடே அசிங்கமா கிடக்கு," என்றவளை, "பவி உடம்பு சரியில்லல்ல, போய்ப் படுத்துக்கோ. வாஷிங் மெசினை நான் சரி பண்றேன்," என்றான் பாலு. படுக்கையறைக்குப் போய்ப் படுத்துக்கொண்டு காய்ச்சலுக்கு இதமாக இருக்குமென்று ரட்டனகால் போட்டாள். அவளுக்கு அப்பா நினைவு வந்தது. மகேந்திர மங்கலம் வீட்டில் அப்பா ஓய்வாகப் படுத்திருக்கும்போது எப்போதுமே ரட்டனகால் போட்டே படுத்திருப்பார். அப்பா இறந்துபோய்க் கொஞ்ச நாள் அம்மா அங்கே இருந்தபோதுகூட அம்மா எப்போதாவது ரட்டினகால் போட்டுப் படுத்திருப்பதைப் பார்க்க ஏனோ எரிச்சல் வரும் அவளுக்கு. அம்மா இங்கே வந்ததிலிருந்து அவளின் படுக்கையறையை எட்டிக்கூடப் பார்த்ததில்லை. ஆனால் கண்டிப்பாக இங்கே அப்படிப் படுக்கமாட்டாள்.

பால்கனியில் கீழே விடப்பட்டிருந்த புறாக்குஞ்சுகள் யார் கதவைத் திறந்தாலும் பயம் கொள்கின்றன என்று அங்கே செல்வதைக் குறைத்தனர். அதைக் கீழே வைத்த முதல் நாள், அம்மாப் புறா வரும்வரை அச்சத்தில் அடங்கி ஒடுங்கிக் கொண்டிருந்த குஞ்சுகள், அம்மாப் புறா வந்ததும் 'கிய்ய கிய்ய' என்று எழுப்பிய ஆனந்தக் கூச்சல் அவளுக்கே கேட்க பரவசமாக இருந்தது. சரி எல்லாரும் சொல்வதுபோலக் கொஞ்சநாள் போகட்டும், அவை பெரிதாக வளரட்டும்; அதுவரை பால்கனிப் பக்கம் திரும்பாமல் இருக்கலாம் என்று முடிவு செய்தாள். ஏதோ வேலையாக வெளியே போய்விட்டு வீடு வந்தவளுக்கு, கதவு முழுசாகத் திறந்திருந்தது கடும் கோபத்தைத் தந்தது. அம்மாவிடம் பலமுறை சொல்லி இருந்தாள், "கிராமத்து வீடு போலில்லை நம் வீடு; கதவைத் திறந்துவைத்தால் வீட்டின் முக்கால் பாகம் வெளியாட்கள் கண்ணில் படும். வீட்டு

லாவண்யா சுந்தரராஜன்

ரகசியங்கள் எளிதாகக் கசிந்து போக அதுவே முதல்படி." அதே கோபத்தில் உள்நுழைந்தவள், அம்மா, முட்டுவலிக்குக் காலில் எண்ணெய்யைத் தடவிக்கொண்டு புடவையை முழங்காலுக்கு மேல் வரை மடித்து விட்டு அமர்ந்திருந்ததைப் பார்த்து அசூசையுடன், "ஏம்மா இப்படிக் கதவத் திறந்து போட்டு இந்த மாதிரி உட்கார்ந்து இருக்கீங்க. இது நம்ம ஊர் மாதிரி இல்லைன்னு எத்தனை முற சொல்றது," என்றாள். "கதவு தெறந்திருந்தா வேஸ்டா லைட் போட வேணாம். கரண்ட் மிச்சமாகும்ன்னுதான். காத்தும் நல்லா வருது. வாட்ச்மேன்தான் இருக்கானே. யார் வரப் போறான்னு நினைச்சேன்," என்றாள் அம்மா. புடவை எண்ணெய்யானால் என்ன, வயதாகி விட்டால் மட்டும் அது, பெண் உடலில்லையா? மாப்பிள்ளையும் கூட இருப்பது அம்மாவுக்கு நினைப்பிலில்லையா, ஏன் இப்படியாயிட்டாங்க என்று நினைத்தாள் பவித்ரா. நான்கைந்து நாட்களில் தோழிகளிடம் சொல்லிப் புது வேலைக்காரப் பெண்ணைக் கூட்டிக்கொண்டு வந்தாள் அம்மா. "நீங்க பார்க் போறதில இது ஒன்னு பிரயோஜனம் ஆச்சு போங்க. நீங்க கூட்டிட்டு வந்த வேலக்காரிய நீங்களே வேலயெல்லாம் சொல்லிக் குடுத்து டியூன் பண்ணி வைச்சிக்கங்க," என்றாள். பால்கனியில் கீழே விடப்பட்ட புறாக்குஞ்சுகள் ட்ரேயிலிருந்து வெளியேறி நடக்கத் தொடங்கியிருந்தன. அவை பால்கனி முழுவதும் ஆங்காங்கே எச்சமிட்டு வைத்தன. புது வேலைக்காரி அங்கு போகவே மறுத்தாள். "என்னை ஒரு தடவை எங்க வீட்டுல புறா கொத்திடுச்சி; அதான் எனக்குப் புறான்னா பயம்," என்றாள் அந்த வேலைக்காரப் பெண். நாளுக்கு நாள் புறா எச்சம் அதிகமாகி வருகிறது என்று சொன்னதும், "இப்ப சரி பண்ணாலும் மறுபடி கலிஜ் பண்ணும் அதுங்க. போனதும் ஒரு வழியா கிளீன் பண்ணிக்கலாம் அக்கா," என்றாள். அவள் சிறிய பெண் என்பதால் துணிகளைக் கையால் துவைக்காமல் இயந்திரத்தில் துவைக்கச் சொல்லியிருந்தார்கள். அவள் பால்கனியைச் சுத்தம் செய்யாமல் அங்கே நடந்து நடந்து வீட்டுக்குள் வரும்போது மற்ற அறைகளும் கொஞ்சம் அசுத்தமாகின. செய்வதறியாது, புறாக்களை எப்படி வெளியேற்றுவது என்ற சிந்தனை பவித்ராவைப் பெரிதும் ஆக்கிரமித்தது.

கொஞ்சம் பெரிதாகிய புறாக்குஞ்சுகள் மிகச் சுதந்திரமாக அங்கே வலம் வந்துகொண்டிருந்தன. அருகில் போனால் எங்கேனும் மூலையைத் தேடி ஒடுங்க விரையும். அந்த மூலைக்கும் அருகே போனால், மெல்லச் சிறகுகளைப் பருமனாக்கிக் காட்டும். ஆனால் பறக்காது. இன்று பறக்கும், நாளை பறக்கும் என்று காத்திருந்தவள் பொறுமையிழந்து ஒருநாள் வீட்டில் யாரும்

இல்லாதபோது குச்சியை எடுத்துக்கொண்டு "என் வீட்டை விட்டுப் போ; இங்கிருந்து தொலஞ்சி போ," என்று பைத்தியம் போல் துரத்திக் கொண்டிருந்தாள். இடுக்குகளில் ஒடுங்கிய புறாக்கள் சிறகுகளைப் படபடத்து அங்கேயே அல்லாடின. அப்போதுதான் தன்னிடமிருந்த சாவியால் கதவைத் திறந்து பூங்கா உள்ளே வந்த அம்மா அதை அதிர்ச்சியோடு பார்த்தாள். "வேலைக்காரி தம்பி புறா வேணும்ன்னு கேட்டானாம்; ஆனா அவங்கட்ட குடுத்து வறுத்தேதும் தின்னுட்டா," என்று அம்மா சொன்னதும், "தின்னா தின்னுட்டுப் போறாங்க. இதுக்குப் பாவம் பார்த்துட்டே இருந்தா வீடே நாறிடும். இது இரண்டும் எப்படியாவது வீட்டை விட்டுப் போயிட்டா போதும்," என்று சத்தமிட்டவளைச் செய்வதறியாது பார்த்துக்கொண்டிருந்த அம்மாவைப் பார்க்க மூலையில் பயந்து நடுங்கும் புறாக்களைப் போலவே இருந்தாள். மறுநாள் அம்மா பூங்காவிற்குப் போயிருந்த சமயம் தனது அடுக்ககத்துக் காவலாளியை அழைத்து இரண்டு புறாக்களையும் எடுத்துக்கொண்டு போய் எங்காவது விடச் சொன்னாள். அவனும், "மொட்டைமாடியில் விட்டு விடுகிறேன், அங்கே விட்டால் இவை பறக்கவும் கற்றுக்கொள்ளும்," என்றதைக் கேட்டு பவித்ராவிற்குக் கொஞ்சம் ஆசுவாசமாக இருந்தது. அவன் மொட்டைமாடிக்குப் போய்வந்த சில நிமிடங்களிலேயே புறாக்கள் வீர் வீர்ரென அங்குமிங்கும் பறக்கும் சத்தம் காதில் கேட்க அது அவளை என்னவோ செய்தது. அம்மா வந்து புறாக்கள் எங்கே என்று கேட்கவில்லை. அடிமனத்தில் முள் ஒன்றால் கீறுவது போலிருந்தது. "நீ செய்தது சரிதான்; போகும் போகும்ன்னு பார்த்தோம்; இவ்வளவு நாஸ்தி பண்ணா யார்தான் பொறுத்துப்பாங்க," என்று தொலைபேசியில் பாலு சொன்னதைக் கேட்டுக் கொஞ்சம் அவஸ்தை குறைந்தது போலிருந்தது. எதுவும் செய்யத் தோன்றாமல் பால்கனியை இயந்திரகதியில் சுத்தம் செய்யத் தொடங்கினாள். கொஞ்ச நேரத்தில் புறா ஒன்று பறந்து வந்து கிரில் இடுக்கில் அமர்ந்து முகத்தைத் திருப்பித் திருப்பிப் பார்த்தது; விரட்டி விரட்டிப் பார்த்தாள். அது போக மறுத்து அங்கேயே சுற்றிக்கொண்டிருந்தது.

கிரில் இடுக்கில் அமர்ந்திருந்த புறா மெல்லப் பறந்து துவைக்கும் இயந்திரத்தைச் சுற்றிப் பார்த்தது. அடுத்த பால்கனிக்குப் பறந்தது. வீட்டின் பூஜையறையில் வந்து அமர இடமில்லாமல் மின்விசிறியில் அமர்ந்தது. அடுத்த படுக்கையறையில் உறங்கிக் கொண்டிருந்த பவித்ராவின் இரண்டு மாத சிசுவைத் தூளியோடு தூக்கிக்கொண்டு பறந்தது. திடுக்கிட்டவள் தன் மார் கனக்க என் பிள்ளையை விட்டுவிடு என்று இறைஞ்சிக் கேட்டாள். தொண்டை விட்டுக் குரல் எழும்ப மறுக்கிறது.

புறா பிடிவாதமாக மேலே மேலே பறந்தது. பிள்ளை பசிக்கு அழ ஆரம்பித்தது. பவித்ராவுக்கும் மார் கனத்தது. மார்புகள் வெடிக்கும்போல வலி பரவியது. அவளால் கை காலை அசைக்க முடியவில்லை. புறா விர் விர் என்று பறக்க, குழந்தையின் பயந்த ஓலம் அவளை நிலைகுலையச் செய்தது. அய்யோ என்ன செய்வேன் என்று புறாவைப் பார்க்கிறாள் நொடி நேரம். அது அம்மாவின் முகமாக மாறி மீண்டும் புறா முகம் தோன்றியது. ‘அம்மா பிள்ளையக் குடுத்துடுங்க ப்ளீஸ்,’ என்கிறாள். புறா கொடூரமாய்ச் சிரித்துக்கொண்டே தன் அலகைத் திறக்கிறது. அதன் வாய் நிறைய தானியங்கள் மினுங்குகின்றன. தூளி நழுவி விழுகிறது. “அய்யோ என் குழந்தை,” என்று அலறியபடி திடுக்கிட்டு விழித்தாள் பவித்ரா. ‘என்னம்மா என்ன ஆச்சு,’ என்று வேகமாக அவள் படுக்கையறைக்கு வந்த அம்மாவை ஆறுதலாகக் கையைப் பற்றிக் கொள்கிறாள். சாயுங்காலம் பாலு வந்ததும் புறாக்களைப் பார்க்க மொட்டைமாடிக்குச் சென்றாள். அங்கே இருந்த நாலைந்து புறாக்களில் தன் வீட்டில் பிறந்த புறாக்களை அவளால் அடையாளம் காண முடியவில்லை. “எங்க போச்சோ தெரியல,” சோர்வாகத் திரும்பியவளிடம், “இன்னும் இரண்டு நாள் விட்டிருந்தா அதுவே பறந்து போயிருக்கும்,” என்றவனை ஒரு பக்கமாகத் திரும்பி முறைத்தாள். “என்ன புறாப் போலவே பார்க்கறே,” என்றான் பாலு. “அய்ய அந்தப் பெயரையே சொல்லாதீங்க, எனக்குப் பிடிக்கல.”

உயிர் எழுத்து, ஜூலை 2018

விடுபூக்கள்

இன்னும் இருள் பிரியவில்லை. விடிய காத்திருந்த மேகம் இரவைக் கவ்விப் பிடித்திருந்தது போலிருந்தது. சாக்குப் பையை எடுத்துக் கக்கத்தில் இடுக்கிக்கொண்டாள் வேணி. பர்ஸ் எடுத்து நெஞ்சிடுக்கில் சொருகிக்கொண்டு வீட்டைவிட்டு வெளியே வந்தாள். வாசலைக் கூட்டி முடித்துக் கோலம் போட குனிந்திருந்தாள் சௌம்யா. “நீராகாரம் குடிச்சிட்டுப் போயேன்ம்மா,” கோலத்தில் குவிந்த கவனம் பிசகாது குனிந்திருந்தவள் குரல் இழுத்தது. “இவ்வளவு சீக்கிரமா நீராகாரம் எங்க எடுபடும்,” என்று பதில் சொல்லிவிட்டு நிற்காமல் நடக்கத் தொடங்கினாள். பாதையில் ஒரு மாடி வீட்டுச் சுவர் மீது பச்சை குக்குறுவான் குருவி தன்னுடல் கோதி சிலிர்த்துக்கொண்டு அதன் ஜோடி குருவியிடம் குட்ரூ குட்ரூ என்று தொடர்ந்து சொல்லிக்கொண்டிருந்தது. மாரியம்மன் கோவில் கூம்பு ஒலிபரப்பி, ‘மாரியம்மா எங்கள் மாரியம்மா’ என்று சத்தமிடத் தொடங்கியிருந்தது. தொலைவில் மாதா கோவில் பரமபிதாவோடு பேசத் தயாரான அதே நேரம் மசூதியும் தன் பங்குக்கு அல்லாஹு அக்பரை அழைத்தது. ஒலிபரப்பிகளிலிருந்து வெளியில் கலந்த ஒளித்துணுக்குகள் மத வேறுபாடின்றி ஒன்றெனக் கலந்து புழுதி போல் தெருவெங்கும் படிந்திருந்தது. ‘முன்னலாம் மார்கழி, ஆடி மாசத்துக்குத் தான் கோன் கட்டுவானுங்க, இப்ப போட்டிக்குன்னே அலையறானுங்க,’ என்று தனக்குள்ளே அலுத்துக்கொண்டாள்.

இரண்டாம் சந்து முக்கிலிருந்து இரு சக்கர வாகனமொன்று கிளர்ந்து திரும்பியது. வாசல் தெளித்துக்கொண்டிருந்த அந்த வீட்டுப் பெண் வேணி நெருங்குவதைப் பார்த்ததும் தன் இடுப்பில் சொருகியிருந்த சேலையை இறக்கிவிட அது மெல்ல நழுவிப் பாதங்களில் பட்டு விலகியது. ஒய்யாரமாய்க் காலை அகட்டி நின்றவள் அவசரமாகக் கால்களை நேராக்கி நின்று விளக்குமாறை உள்ளங்கையில் தட்டுவது போன்ற பாவனையில் இருப்பதைக் கவனித்த வேணி, "என்ன ரம்யாவா? இவ்வளவு சீக்கிரம் வாச தெளிக்க ஆரம்பிச்சாச்சா, இருட்டு முனி பிடிச்சிக்கப் போவுது," என்றாள். திண்ணை விளக்கு பளீரென்று அடித்தது. ரம்யா பதிலொன்றும் பேசாது அவசரமாக வாசலைக் கூட்ட குனிந்தபோது நிழல் நீண்டு வாசலைத் தாண்டியது. அதைத் தாண்டி சென்ற வேணி தெருமுனை அருகே இருந்து திரும்பிப்பார்த்தாள். வீட்டிலிருந்து எட்டிப்பார்த்துக்கொண்டிருந்த ரம்யா தன் தலையை வெடுக்கென்று உள்ளே இழுத்துக்கொண்டது தெரிந்தது. 'ஒன்னும் சரியில்ல, காலங்கார்த்தாலயே எதுக்கு இவ்வளவு பவுடர் பவுசு இந்தப் பிள்ளைக்கு? ஒழுக்கமா கூட்டிப் போவாளா' என்று நினைத்தபடி கொஞ்சம் வேகமாக நடந்து அந்த இரு சக்கர வாகனத்தை அடையாளம் காண நினைத்தாள். சரியாகப் புலப்படவில்லை.

"என்ன வேணி, மார்க்கெட் கிளம்பிட்டியா?" கோலத்திற்குச் செம்மண் அடித்தபடி கோடி வீட்டம்மா கேட்டாள்.

"ஆமாக்கா இப்போ போனாதான் நல்ல பூ கிடைக்கும்."

"வீட்டுக்கு பிரிட்ஜ் வந்து இறங்கிடுச்சிபோல,"

"ஆமாக்கா, நேத்து வந்தது சௌமி சீட்டு கட்டி ஒன்னொன்னா வாங்கிப் போடறா என்னத்துக்குன்னு கேட்டா நாம வசதியா வாழ்ந்தா தப்பாங்கிறா?"

"அவ சொல்றது சர்தானே வேணி; நீ இருந்த இருப்பென்ன?"

"அதெ விடுங்கக்கா, இப்போ எனக்கென்ன கொறச்சல்? மகாராணியாட்டம் இருக்கேன். இரண்டு லஷ்மிங்க வீட்டுல இருக்கு. இரண்டும் தங்கம்; என்னைத் தாங்கறாங்க."

"சரிதான். இனி பூவெல்லாம் அவ்வளவு நஷ்டமாவாது!"

"ஆமாக்கா அது ஒன்னு இருக்கு."

"இனியாவது காமொட்ட கட்டறத கொஞ்சம் குறைச்சிக்க. நேத்து நீ குடுத்த முழப்பூவுல நாலு இடத்துல ஜோடிப்பூ விழுந்துட்டது, கிழவி பல்லாட்டாம் பாக்க சகிக்கல."

“சரிக்கா இனிமே கவனமா இருக்கேன். லேட் ஆவுது வர்றேன்.”

‘இவ குடுக்கிற காசுக்குக் காமொட்டு கழிச்சி செண்டாட்டம் கட்டிக் குடுப்பாங்க’ என்று நினைத்தபடிப் பேருந்து நிலையம் அடைந்தாள். காய்கறி மார்க்கெட் போகும் பண்ணாரி காலை ஒடித்தவாறு நின்றுகொண்டிருந்தான். அவளைப் பார்த்துப் புன்னகை செய்தான். “என்னக்கா முத்தண்ணா வர்லையா,” என்றான்.

“ஆமா பண்ணாரி, அவருக்கு உடம்பு சரியில்லையாம். நல்லவேளை பஸ் இன்னும் போகல. ஓட்டமா ஓடியாந்தேன்.”

வேலனை விட்டு வந்த நாளிலிருந்தே உள்ளூரில் முத்தண்ணாவிடம் பூ வாங்கி விற்றுப் பிழைப்பை நடத்திக் கொண்டிருந்தாள். பிறகு குடும்பச் செலவு கூடிப்போக, வருமானம் வேண்டி பூ மார்கெட் போய் மொத்த விலைக்கு வாங்கி விற்கத் தொடங்கினாள். அவள் தொடுத்த மலர்களைச் சில வீடுகளில் வாடிக்கையாக வாங்குவார்கள். வேணி உருட்டி உருட்டி நெருக்கமாகப் பந்து போல் தொடுத்துத் தரும் மல்லிகைச் சரத்துக்காக அவள் எவ்வளவு கேட்டாலும், அதைக் கொடுத்து வாங்கிக்கொண்டு போவார்கள். சிலர் அப்படிக் கட்டித் தரச்சொல்லி முன்கூட்டியே பணம் கொடுத்து விடுவார்கள். ஜடையலங்காரத்துக்குப் பூப்பட்டைகளையும் உச்சிக்கொண்டைக்குச் செண்டும் செய்வதற்கு வெளியூரிலிருந்து கூடச் சொல்லி, செய்து வாங்கிக்கொண்டு போவார்கள். வேணியின் இரண்டாவது மகள் சசிகலாவுக்குக் கற்பனை வளம் கொஞ்சம் அதிகம். விதவிதமான சடைப்பட்டைகள் செய்வதோடு முகூர்த்தப் புடவை நிறத்திற்கேற்ப அதிலிருக்கும் ஜரி வடிவழகுகளுக்குத் தகுந்தாற் போல சடைப்பட்டையில் பூ அலங்காரமும் கிளி, மயில் போல பூ வேலைப்பாடுகளும் செய்வாள்.

யசோதா பஸ் வந்து நின்றது. வேணி டிரான்ஸ்போர்ட் யசோதா பஸ் சர்வீஸாக மாறியதிலிருந்து அந்த பஸ்ஸில் அவள் பெரும்பாலும் போவதைத் தவிர்ப்பாள். மற்ற நேரங்களில் போக அவ்வாறு தோதுபடும். ஆனால் இந்த நேரத்துக்கு அது ஒன்றுதான். அதுவும் முதல் பஸ். ஆறு மணிக்கு மேல் பத்து நிமிடத்துக்கு ஒரு வண்டி இருக்கும். கண்டெக்டர் அவளைப் பார்த்து வணக்கம் சொன்னான். டிக்கெட்க்குப் பணம் வாங்க மறுத்தவனிடம் வலுக்கட்டயமாக டிக்கெட்டுக்கான சில்லறையைத் திணித்தாள். கண்டெக்டர் சீட்டில் இருந்தவரை

எழுந்திருக்கச் சொல்லப் போனவனை வேண்டாம் என்றாள். முதல் இருக்கையின் சீட்டின் பின்புறம் வேணி என்று பூ வேலைப்பாடு செய்த சீட் கவர் கிழிந்திருந்தது. வேலனோடு ஜோடியாக அந்த இருக்கையில் பயணித்த நினைவு அவளைப் பார்த்துக் கையசைத்தது. கண்களைக் கோத்துக்கொண்டு வந்த கண்ணீரை மெல்ல துடைத்தாள். அருகில் நின்றுகொண்டிருந்தவள் இவளைப் பார்த்த அதே நேரம் தயங்கி முகம் திருப்பி, "கா்மம்; மேல இருந்து ஒட்டர தூசி கொட்டுது, பழனி கொஞ்சம் பஸ்ஸ கீளின் பண்ணி பூஜ கீஜ போடமாட்டீங்களா" என்றாள். தொடர்ந்து மூன்று தினங்களாக முகூர்த்தத் தினம். ட்ரைவர் பின்புறம் லஷ்மி, கணபதி, சரஸ்வதி மூவரும் இருக்கும் படம் கும்பல் பிதுங்கியதால் கோணலாகத் தொங்கிக் கொண்டிருந்தது. 'தினம் இந்தப் படத்துக்குப் பூகூடப் போட மாட்டீங்கிறா பஸ் ஓனர் மவராசி' என்று யோசித்துக்கொண்டே கூட்டத்தில் இடுக்கிக்கொண்டு நின்றாள். வேர்வையில் சின்னாளப்பட்டி சுங்குடிப் புடவை முதுகோடு ஒட்டிக்கொண்டது. 'முத்தண்ணா வந்தால் ஏதாவது பேசிக்கொண்டே வருவார். இந்தப் பழைய கண்டராவி நினைப்பெல்லாம் வராது. பேச்சுத் துணை மட்டுமா? அவர் கூட வந்திருந்தா இன்னிக்கிக் கொள்ள காசு அள்ளியிருக்கலாம். அவருக்குப் பாழாப்போன காய்ச்சல் ஒவ்வொரு வைகாசிக்கும் வந்துடுது. அவரானும் காச்ச கண்ணி வந்தா ஓய்வெடுக்கலாம். ராசா கணக்கா பையன் வேற. நான் அப்படியா பெத்தது இரண்டும் பொட்ட. இரண்டையும் நல்ல கையில பிடிச்சிக் குடுக்கிற வர ஓடித்தானே ஆவணும்'

மல்லிகை, இருவாச்சி, சம்பங்கி, மரிக் கொழுந்து, வெட்டிவேர் அனைத்தும் கலந்த நறுமணத்தோடு, நேற்று விற்காது மிச்சமான பூக்களின் அழுகிய வாடையும் கலந்தே மார்க்கெட் முழுவதும் வீசியது. அங்கங்கே கிடக்கும் வாழைநார்களும் காலோடு பின்னிக் கொண்டு சரசரவென்று வந்தன. லாவகமாகக் காலை அகட்டி அதை விலக்கி விட்டு நடந்தாள். மார்க்கெட் வந்த புதிதில் இதிலிருந்து விலகி நடக்கத் தெரியாமல் தவறி விழப்போனபோது முத்தண்ணா தாங்கிப் பிடித்தார். ஒரு நொடி நேரம்தான் என்றாலும் அதன்பின் எப்போது மார்க்கெட் உள்ளே நுழைந்தாலும் வேணி ஜாக்கிரதையாகத்தான் நடப்பாள். காலின் கீழ் ஒரு கவனமிருக்கும். "ஏன் அப்படி நரகலை மிதிச்ச மாறி நடந்துவர," உடன் வருபவர் கேட்காத நாள் இல்லை. ஒரு சில கடைகளில் மஞ்சளைத் தண்ணீரில் சேர்த்து தெளித்திருந்தனர். சாணியுடன் சேர்ந்து மஞ்சளும் தனி மணமாய்க் கிளர்ந்து வீசியது. வழக்கமாக வாங்கும் கடையில் அதிகக் கூட்டம் நெரிந்தது. அடுத்த கடைக்கு நகர்ந்தாள். விலையை விசாரித்தவள், 'யப்பா, மல்லிகைக்கு

இன்று கை மீறின கிராக்கியால்ல இருக்கு,' என்று நினைத்துக் கொண்டாள். இருந்தாலும் பத்துக் கை மல்லிகையும் ஐந்து கை கனகாம்பரமும் கதம்பத்துக்குச் சம்பங்கி, மரிக்கொழுந்து, ரோஜா எல்லாமே இருமடங்காக வாங்கிக்கொண்டு கிளம்பினாள்.

மார்க்கெட்டிலிருந்து திரும்பும்போது மணி எட்டாகி விட்டது. வந்து திண்ணையில் அமர்ந்தவள் அப்படியே அசதியில் தூண்மீது சாய்ந்துகொண்டாள். சூடாகக் காப்பியைக் கொண்டுவந்து கையில் கொடுத்து, "குடிம்மா அக்காதான் காலயே கஞ்சித் தண்ணி குடிச்சிட்டுப் போன்னு சொன்னேன்ல, போயிட்டு வர்றவரைக்கும் எதுவும் தின்னு இருக்க மாட்ட. ஏன்ம்மா இப்படிப் பண்ற? கூட வரேன்னு கேட்டாலும் ஒத்துக்க மாட்ட," என்று சசி திட்டினாள். "சும்மா அம்மாவ திட்டாதடி," என்றாள் சௌமி. காப்பியைக் குடித்ததும் நிம்மதியாக இருந்தது. "இரண்டு மடங்கு சும அதான்," என்றாள் வேணி. திண்ணையில் காவேரி காற்று நெகிழ நெகிழ வீசியது நிம்மதியாய் இருந்தது. பத்து எட்டு வைத்தால் காவேரிக் கரை. பக்கத்தில் எல்லையம்மன் ஆலயத்தின் ஆலமரமும் வேப்பமரமும் கிட்டத்தட்ட வேணியின் குடிசைவரை நீண்டிருக்கும். மதியம்வரை நல்ல காற்று வரும். திண்ணைக்குக் குச்சி இறக்கி ஓலை வேய்ந்து வைத்திருந்தாள் வேணி. வீட்டைச் சுற்றிக் கனகாம்பரம் செடி வைத்திருந்தாள். வெவ்வேறு நிறத்தில் கனகாம்பரம் பூத்துக் குலுங்கிச் சிரிப்பதைப் பார்த்தாலே எவருக்கும் கண்கள் மகிழ்ச்சியில் மினுக்கும். சில சமயம் வீட்டில் பூக்கும் பூக்களைத் தொடுத்து விற்றே மாதச் செலவை ஓட்டி விடுமளவுக்குப் பூக்கள் மலரும். டிசம்பர் பூ, சாமந்திப் பூச்செடிகளும் வைத்திருந்தாள். சமீபமாக சசி ரோஜாச் செடி கூட வைத்து வளர்க்கிறாள். சௌமி வீட்டைத் தூய்மை குறையாது வைத்திருந்தாள். நேற்று வந்திறக்கிய ப்ரிட்ஜ் ஆச்சரியப்படும் அளவுக்குச் சமையலறையிலேயே இடம் பிடித்திருந்ததெல்லாம் சௌமியின் திட்டம்.

மார்க்கெட்டிலிருந்து வந்த அசதி போகக் குளித்துவிட்டு வந்தவள், உடனே பூக்களைத் தொடுக்க அமர்ந்தாள். "சாப்பிட்டு உட்காரும்மா ஒரு வழியா," என்றவளிடம், "இப்பதானே காப்பி குடிச்சேன், ஆயிரம் பூவானும் கட்டிட்டு வரேன், முத்தண்ணா வரும்போது அப்பதான் முத சுற்றுக்குக் கொடுக்க சரியா இருக்கும்," என்றாள். விறுவிறுவென்று தொடுக்க ஆரம்பித்தவள், "இன்னிக்கி பூவுல காவாசி காமொட்டா இருக்கு, சசி ஓடிப் போய் முத்தண்ணா வீட்டுல இருக்க காமொட்டையும் பொறுக்கிட்டு வா, இல்லைன்னா ரொம்ப நட்டமா போயிடும்,"

என்றாள். சசி போகக் கிளம்பிக்கொண்டிருக்கும்போதே பாஸ்கர் வந்துகொண்டிருந்தான்.

"என்னண்ணா மொட்டுப் பூவல்லாம் எங்கம்மா தலைல கட்டச்சொல்லி உங்கப்பா கொடுத்துவிட்டாரா?"

"சசீ சும்மா இரு. சௌம்யா, பாஸ்கருக்குக் காப்பி போடு கண்ணு."

காப்பியைக் குடித்துவிட்டு சசியிடம் கொஞ்சம் வம்படித்து விட்டு பாஸ்கர் கிளம்பும்போது, "அத்தே நான் கிளம்பறேன், மார்கெட்டுக்கு அப்பாவ விட்டு நீங்க மட்டும் தனியா போனா, பஸ் ஸ்டாண்ட்ல பூவ இறக்கிப் போட்டுட்டு வாங்க. நான் ஆளுங்கல விட்டு எடுத்துட்டு வந்து கொடுக்கறேன். இன்னிக்கின்னு பார்த்து அந்தப் பெரிய இடத்து கான்ட்ராக்ட்டுக்குப் போகவேண்டிபோச்சு. அப்பா நீங்க சுமக்க முடியாம தூக்கிட்டு வந்தீங்கன்னு வருத்தப்பட்டாரு."

"அதெலாம் பரவால்ல கண்ணு. பூவ அனாத போல போட்டு வர மனசு இல்ல. ஆட்டோ கேட்டேன், இன்னிக்கின்னு என்னவோ ஏகப்பட்ட கிராக்கி அடிச்சான். அதான்."

பாஸ்கர் விந்தி விந்தி நடந்துபோவதைக் கொஞ்ச நேரம் பார்த்துக்கொண்டிருந்தவள் பரபரவென்று பெரிய பந்தைக் கட்டி முடிக்கும்போது பசி வயிற்றிலிருந்து எழுந்து தலையைக் கொய்து தின்றுவிடும் போலிருந்தது.

பழையதைப் பிழிந்து தட்டில் போட்டுக்கொண்டே, "பாப்பா அந்தக் குழம்ப சுட வைச்சி எடுத்தா, பசி கொல்லுது," என்றாள்.

"அப்பவே சாப்பிடச் சொன்னேலம்மா, சாப்பிட்டுச் செஞ்சாலும் அதே வேலதானே," பாஸ்கர் கொண்டு வந்த இட்லியை எடுத்துக்கொண்டு அவள் அருகில் வைத்தாள்.

"இல்ல கண்ணு, சாப்பிட்டா கொஞ்சம் சோம்ப தட்டிரும். அதான் கட்டி முடிச்சிட்டு வேற வேலய பாக்கலாம்ன்னு நினைச்சேன்."

"வயித்த காயப் போடாதம்மா, எனக்குக் கல்யாணமாகிப் போன பொறவு சசிய கரை ஏத்தற வரை நீ உழைக்கணும்ல்ல,"

"பாப்பா உன்ன உள்ளூர்ல என் கூடவே இருக்கறாப்பல மாப்பிள்ளை பாக்கலாம்ன்னு நினைக்கிறேன். எனக்கும் அப்பதானே ஒத்தாசையா இருக்கும். நீ என்ன சொல்ற?"

வெருட்டென சௌமி உள்ளே சென்றாள். "கல்யாணப் பேச்சு எடுத்ததும் ஓடறத பாரு, இன்னிக்கே நல்ல நாள்தான். முத்தண்ணா கிட்ட சொல்லி பாக்க ஆரம்பிச்சிடணும். அப்பதான் வருஷம் தாண்டறதுக்குள்ள தேதி வைக்க முடியும்," என்று சொன்னது சௌமி காதில் விழுந்தது. எல்லாம் கவனித்துக் கொண்டிருந்த சசி உள்ளே வரும்போது சட்டெனக் கண்ணீரைத் துடைத்துக்கொண்டாள் சௌமி.

"ஏன்க்கா உனக்கு இது பிடிக்கலன்னு சொல்ல வேண்டியதுதானே?"

"அதெல்லாம் ஒன்னுமில்ல. பரிட்சைக்குதானே லீவ் விட்டுருக்கு. நீ படிக்கிறத மட்டும் பாரு."

சாப்பிட்டுவிட்டு முகம் கழுவி வந்து, மீண்டும் பூக்களைத் தொடுக்க ஆரம்பித்தாள். சாமர்த்தியமாகப் பெரிய பூக்களின் இடையிடையே மொட்டு மலர்களை வைத்து ஜோடி சேர்த்துக் கட்டிக்கொண்டிருந்தாள். கை பூவைக் கலைந்தெடுப்பதும், நாரை ஆள்காட்டி விரல் நடுவிரலால் மடித்து நீள் வட்டமாக்கிப் பூவோடு மாட்டி இறுக்கி இழுப்பதும் மீண்டும் பூ கலைவதும் என்று மின்னல் வேகத்தில் அவள் விரல்கள் இயங்கிக்கொண்டிருந்தன. ஒரு மொட்டைக் கூட விட்டுவிடக் கூடாது என்ற கவனம் குவிந்திருந்தது.

"அம்மா இப்படி ஜோடி மாத்திக் கட்டறத முதல்ல நிறுத்து," என்றாள் கோபமாக.

திடுக்கிட்டு நிமிர்ந்தவள், "என்ன பாப்பா ஏன் கோவப்படற, அதுவும் பூதானே. தலையில ஏறிட்டுப் போவட்டுமே, கை அளவுல காசு கொடுத்துதானே அத வாங்கறோம்."

"உனக்குக் காசு, உன் சுயநலம் இதெல்லாம்தான் முக்கியமா?"

"சசி விடு, அம்மாவ திட்டாத."

"நீ சும்மா இருக்கா."

"ஏய் என்னாச்சு வாய் நீளுது? எப்பா பாரு சிடு சிடுன்னு பேசிட்டு, மட்டு மரியாத இல்லாம."

"நீ பேசற கல்யாணப் பேச்சுல அக்காவுக்குப் பிடிச்சி இருக்கான்னு கேட்டியா?"

"நான் சொல்றத அவ கேட்டுக்கிட்டுத்தானே பேசாம இருக்கா."

“அவ என்னிக்கி வாய தெறந்து தனக்குப் பிடிச்சத சொல்லி யிருக்கா? அவளுக்கு இதில் இஷ்டமில்ல.”

“ஏன் சௌமி என்ன பேசறா இவ? உனக்கு இங்கேயே அம்மாக்கூட இருக்க இஷ்டமில்லையா?”

“அவள கேட்காத சொல்ல மாட்டா. கிரி அண்ணாவதான் அவளுக்குப் பிடிக்கும்.”

சட்டென இருட்டிக்கொண்டு வந்தது. கோடைமழைக்கு வெளியே இடி இடித்துக் கொண்டிருந்தது. பளிச்சென்று வெட்டிய மின்னலில் பிரமை பிடித்தவள் போல் வேணி முழிப்பது தெரிந்தது. “அய்யோ நான் என்ன பண்ணுவேன்? ஏ மாரியாத்தா, பொம்பள வளத்த பிள்ளைங்க இப்படிதான் ஊர்மேயும்ன்னு வாய் மேல சொல்லப் போட்டுத் துப்பிடுவாங்களே. தனியா இவ பிள்ளய என்ன ஒழுக்கமா வளர்க்கப் போறான்னு ஊர்ல பேசினது போலவே ஆச்சே. இனி எப்படித் தல நிமிந்து நடப்பேன்?” பெரிதாய் அழ ஆரம்பித்தாள் வேணி.

“அப்படியெல்லாம் ஒன்னுமில்லம்மா, அழுவாதம்மா.”

“அக்கா நீ பேசாத. அம்மா அவ கிரி அண்ணனைக் கட்டிக்கிட்டு நல்லா இருக்கட்டும். பூவுல கண்ணி விழுந்துச்சுன்னு பிரச்சனை இல்லம்மா, ஆனா?”

வேணி பேசாது இருந்தாள். அவளால் ஆற்றாமை தாங்கவே முடியவில்லை. “அய்யோ சௌமி, நீ இப்படிப் பண்ணுவன்னு கொஞ்சமும் நினைக்கலயே. சின்ன சிறுக்கி ரோசாவோ முள்ளோன்னு இருக்கா, வெடுக்கு வெடுக்கு நெருப்ப கொட்டற, என் கடைசிக் காலத்துக்கு உன்னதானே முழுசா நம்பியிருந்தேன்.”

“தெய்வமே கௌவுலி வேற பட்பட்டுன்னு கெட்ட மூலைல இருந்து சகுனம் சொல்லுதே. வேணி வீம்பு பிடித்துக் குடும்ப மானத்த வாங்குறான்னு யதோசா சொல்றான்னு என் கிட்டயே சொன்னவ கிரி அம்மா. வீதி வீதியா பூ விக்கறதெல்லாம் என்ன பொழப்புன்னு எத்தனை முறை கேவலமா பேசி இருக்கா,” புலம்புவதைச் சற்றே நிறுத்தினாள் வேணி.

“காவேரில தண்ணி எடுக்கப் போனா நாம கால வெச்சு நடந்துபோன கல்லக் கூடக் கழுவிட்டுதான் அதில் உட்கார்ந்து தண்ணி மொப்பா கெட்ட ஜாதி பொம்பள, மகாராணி கணக்கா தர்பார் பிடிக்கிறவ. அவ கிட்ட எப்படிப் போய் சம்மந்தம் பேசறது? இப்படி என் தலயில எங்கயோ போற இடிய கொண்டு வந்து இறக்குவீங்களா சாமீ.” வேணி திண்ணைத் தூணைப் பிடித்து உலுக்கியதில் பல்லி தடுமாறிக் கீழே விழுந்து ஓடியது.

“இப்ப என்ன ஒல போச்சுன்னு இவ்வளவு சீன் போடற?”

“நிறுத்துடி. சௌமி வெளியூர் போயிட்டா அப்ப இந்த வீட்டையும் பார்த்து தொழிலையும் எப்படிப் பாக்கறது. உன்ன எப்படிக் கரை சேர்க்க?”

“உனக்கு எவ்வளவோ சுயநலம். உம் பொழப்பு முடிஞ்சது. என்னைப் பத்தி நீ கவலப்படாத. அக்கா கிரி கூடதான் கல்யாணம் கட்டுவா.”

‘கிரி வீடு பெரிய இடம். சீர் செனத்தியெல்லாம் முடியுமா?’ பூக்களை அப்படியே போட்டுவிட்டுத் தலையில் கை வைத்து எதையோ வெறித்துக்கொண்டிருந்தாள். ‘சசி சொல்வதுபோல ஜோடி சரியில்லாமல் போய்விட்டால்’ என்று நினைத்த தருணம், காலையில் ரம்யாவின் இடுப்பிலிருந்து அவசரமாய் இறங்கிக் கால் தழுவிய புடவை நினைவுக்கு வந்தது. ‘வேணி மக தானா தேடிக் கிட்டாளாமே!’ இது கூடவே கூடாது உடனடியாக எதாவது பண்ணியாகணும் என்று எழுந்து வெகுவெகுவென்று தெருவிறங்கி நடந்தாள்.

மீனாக்கா வீட்டுக்கு ஓடினாள். விரித்த கூந்தலை முடிந்துகூடப் போடாது மழையில் நனைந்தவளாக அவசர அவசரமாய் வந்த வேணியின் தேகத்தையும் பீதி கலந்த அவள் பார்வையையும் பார்த்ததும் மீனாக்காவுக்குப் பயம் வந்தது ஏதோ சிக்கலென்று புரிந்துகொண்டாள். வெளித் திண்ணையில் முத்தண்ணாவோடு ஏதோ பேசிக்கொண்டிருந்தாள் மீனா. “வா வேணி,” என்று சொல்லும் அதே நேரம் ‘உஸ்ஸ்ஸ்’ என்று குக்கர் சீட்டி கேட்டு உள்ளே எழுந்து போனாள். மழையில் உடலோடு ஒட்டிய சேலையில் வேணியை வெறிக்கப் பார்த்தவர், “என்ன ஆச்சு தாயீ? ஏன் இவ்வளவு வெலவெலத்துப் போயிருக்க, என்ன பிரச்சனை?”

முத்தண்ணாவுக்குப் பதில் சொல்லாமல் விறுவிறுவென்று, வீட்டுக்குள் போனவள் மீனாவின் கைகளைப் பற்றிக்கொண்டு “அக்கா நீதான் என் மானத்த காப்பாத்தணும் சௌமிக்கு உடனே கல்யாணத்தை முடிச்சாகணும், கேடு கெட்ட சிறுக்கி குடி மானத்த வாங்கிடுவா போல, சின்னக் குட்டி சொல்ற அவ கிரிய விரும்பறான்னு. அவங்க வீட்டுல இவள நல்லா வாழ விடுவாளாக்கா? நீங்க இரண்டு பேரும் சரி சொல்லுங்க, சௌமிய பாஸ்கருக்கு உடனே முடிச்சிறலாம்.”

“நம்ம சௌமியா?”

“சசிதான்க்கா சொன்னா, இவ வாயத் தெறக்கல.”

"நம்ம ஆச வேற, நம்ம பிள்ளைங்க எண்ணம் வேற."

"இல்லண்ணா."

"விஷயம் இப்படின்னு தெரிஞ்ச அப்பறம், நாம நல்லபடி கிரி வீட்டில பேசறதுதான் சரியா இருக்கும்."

"அது எப்படிக்கா சரி வரும்?"

"பாஸ்கர் கால் வேற கொறபட்டுக் கிடக்கு."

"அதெல்லாம் பரவால்லக்கா."

"இல்ல தாயி, பாஸ்கர வேற கேட்கணும்."

குழப்பத்தோடு வீடு வந்தாள். மழை ஓய்ந்திருந்தது. அமைதியாக மீண்டும் பூக்களைத் தொடுக்க ஆரம்பித்தாள். பிள்ளைகள் மீண்டும் மீண்டும் வந்து பேச முயற்சி செய்தும் பேசவில்லை. தட்டில் சாப்பாட்டைப் பிசைந்துகொண்டு வந்து சௌமி சாப்பிடச் சொன்னாள். பருக்கை பூத்ததுதான் மிச்சம். வேணி பேசவும் சாப்பிடவும் தண்ணீரைக் குடிக்கவும் மறுத்தாள். இரவு சௌமி அழுவதைச் சகிக்க முடியாத சசி அம்மாவுடன் சண்டை போட ஆரம்பித்தாள். எதுவுமே காதில் விழாதது போலும் உறங்கிவிட்டது போலும் பாவனை செய்தாள். சௌமி செல்லப் பூனைபோல அம்மா அருகில் வந்து இடுக்கிப் படுத்துக்கொண்டாள். வேணி விலகிப் படுத்தாள். சௌமி அழும்போது உடல் குலுங்கியது இருட்டிலும் தெரிந்தது.

மறுநாள் பொழுது சௌமி ஆவேசமாய் வாசலைப் பெருக்கும் சத்தத்தோடு புலர்ந்தது. அவளைப் பார்க்க பார்க்க வேணிக்குக் கொஞ்சம் மனம் இளகி வந்தது. 'அய்யோ காரியம் கெட்டுப் போயிரும்' என்று நினைத்துவிட்டத்தை வெறித்தவளாக உட்கார்ந்திருந்தாள். "வீட்டு வாசல்ல இது ஊர் மேயறது தெரியாம நான் மார்க்கெட், பூ, காசுன்னு இருந்துட்டேனே," என்று சௌம்யா காதில் விழும்படி உரக்கக் கூறினாள். இருள் முற்றிலும் நீங்கி இருந்தது. வாசலுக்குப் போனவள், "எந்த சிறுக்கி மவனாவது இங்கே வந்து வலை வீசட்டும், வெட்டிப் போடறேன்." வாசலில் இருந்த கூடையை எட்டி உதைத்தவள், வாசல்ல என்ன நோண்டிட்டு இருக்க உள்ள போ. நீ போட்ட கோலமெல்லாம் போதும், வீட்டை விட்டு வெளிய தலை தெரிஞ்சா கயித்த கட்டி உத்திரத்தில ஏத்தி விட்டுருவேன்." அப்படியே முறைத்துப் பார்த்த சௌம்யா உள்ளே போகாமல் நிற்க, பூச்செடியை அகற்றப் பயன்படுத்தும் கழியைத் தூக்கி அவள் மேல் எறிந்தாள். "என்ன முறைக்கிற, இடுப்பு சீல சொருகிற

அளவு கொழுப்பு இருந்தா போதும். அது கூடினா அரிப்பெடுத்து அலையச் சொல்லும், பேச்சு மட்டும் தானா, வீட்டுக்கு வரப் போவ இருந்தானா?"

"அம்மா அவ்வளவுதான் மரியாத"

கொஞ்ச நேரம் மௌனமாகவே இருந்தாள் வேணி. அவளது அகங்காரம் வேனில் கால வெக்கையாய் வீட்டில் பரவியது. ஊர் சிறுக்கியெல்லாரும் ஒழுக்கங்கெட்டுதான் திரியறாங்க. விசிறி வீசி 'ஸ்ப்பா' என்று வியர்வையை ஒற்றியெடுத்துக்கொண்டாள். இடம் கொஞ்சம் குளிரட்டுமென்று ஒரு பெரிய கிண்ணத்தில் தண்ணீர் விட்டு அதில் வீட்டில் மலர்ந்த ரோஜாப் பூக்களை மிதக்கவிட்டிருந்தாள். கூடவே கொஞ்சம் வெட்டிவேரையும் போட்டுத் திண்ணையோரத்தில் வைத்தாள். வீட்டுக்குக் கண் திருஷ்டி படாமல் இருக்க தினம் சௌமிதான் இப்படி அலங்காரம் செய்து வைப்பாள். அலங்காரத்திற்காக வேணி வைத்திருந்த ரோஜாவின் மணத்தோடு காற்று வீசுவது ஆறுதலாக இருந்தது. வெட்டிவேர் சூட்டைத் தணித்தது. சசி படித்துக் கொண்டிருந்தவள் எழுந்து வந்து ரோஜா மிதந்த கிண்ணத்தை வெடுக்கென்று எடுத்துக்கொண்டுபோய், "சூனியம் பிடிச்ச வீட்டுக்கு திருஷ்டி ஒன்று தான் பாக்கி" என்று சொல்லி வேலியில் தண்ணீரையும் பூவையும் ஊற்றிவிட்டு வந்து வெறும் கிண்ணத்தை வைத்தாள். கிண்ணத்தை எடுத்துத் திண்ணையில் அமர்ந்தவாறே உள்ளுக்குள் வீசியெறிந்தாள் வேணி. அது பீரோமீது பட்டு நங்கென்று ஒலியெழுப்பியது. பீரோவில் கிண்ணம் பட்ட இடத்தை சௌமி தடவிப் பார்ப்பது திண்ணையிலிருந்தே தெரிந்தது.

நாட்கள் என்று நாட்கள் நகர்ந்துகொண்டே இருந்தன. ஒருவருக்கொருவர் சரியாகப் பேசிக்கொள்ளவில்லை.

"சௌமி ஆச படறா. ஏம்மா அழிச்சாட்டியம் பண்ற?"

"கிரி அம்மா ஏத்துக்க மாட்டா. அப்பறம் சௌமி கதி?"

"கிரி அண்ணா படிச்சி பட்டணத்தில் வேல பாக்கறாங்க. இவ அங்கதானே இருப்பா. அந்த அம்மா என்ன பண்ண முடியும்?"

"ஏன்டி கூறு கெட்டதனமா பேசற, ஒன் பாட்டி எனக்கு வினையம் பண்றேன்னு, யசோதாவ கூட்டிக்குடுக்கல, சௌமிக்கு மீனாக்கா வீடுதான் சரிபடும்"

"அம்மா! கேடு கெட்ட கோவம் வந்துறும், எத்தன வாட்டி பொறுமையா சொல்றேன்; ஏம்மா திரும்பத் திரும்ப அந்த நொண்டிய அக்கா தலையில கட்டப் பாக்கற?"

“அறைஞ்சிடுவேன், மூஞ்சி திரும்பிக்கும். பாஸ்கர் மாதிரி தங்கம் கிடைக்க ஒரு பொண்ணு கொடுப்பினை இருக்கணும்.”

“அவன் தங்கம்ன்னா நீ கட்டிக்க.”

வேகமாக எழுந்து வந்த வேணி, சசியை ஓங்கி ஒரு அறை விட்டாள்.

“அம்மா சசிய அடிக்காத.”

“நீ பாஸ்கர கட்டிக்க; கொஞ்ச நாள்ல எல்லாம் சரியாப் போயிடும்.”

“அய்யாவ விட்டு வந்த பின்ன கொஞ்ச நாள்ல எல்லாம் சரியாயிடும்ன்னு நீயும் உன் ஊர் புருஷன் கூட இருந்திருக்கலாமில்ல,” கோபத்தில் தீயென ஜொலித்தது சௌம்யாவின் முகம்.

“பொண்ணுகளா இவளுக. தட்டுவாணி முண்டைங்க. பாசம் பதைப்பு ஒரு மண்ணாங்கட்டியுமில்ல. வாயில பல்லிருக்கே அதைத் தாண்டி என்ன பேசணும்னு தெரிய வேணாம். என்னைப் போய் இப்படி! இதுகளையா பெத்தேன்? கட்டுனவன் நட்டாத்தில் விட்டும் பாடுபட்டு இவ்வளவு கஷ்டப்பட்டு வளத்தேன். மனம்போலதான் மார்க்கம். நாமே போய் கிரி வீட்டில் கேட்டாலும் சம்மதம் சொல்ல மாட்டா. கெடு சிறுக்கிகளுக்குக் கேடுதான் வரணும். ‘எப்படியாவது இது நடக்காமல் பண்ணிட்டா போதும், ஆத்தா உன் கோவிலே கதின்னு வந்திடுறேன்,’ என்று வேண்டிக்கொண்டாள். கொஞ்சம் தெம்பாக இருந்தது. தூரத்தில் முத்தண்ணா வருவது தெரிந்தது. முந்தானையை நன்றாக இழுத்துப் போர்த்திக்கொண்டாள்.

“ஸ்ப்பா என்ன வெயில், சௌமி கண்ணு நீராகாரம் மோர் விட்டுக் குடுக்கிறியா.” என்றவரை வாவென்று கூடக் கேட்காமல் முகவாயைக் கோணிக்கொண்டு சௌம்யா உள்கட்டுக்குப் போனாள். அவள் முகபாவனையைக் கவனிக்கத் தவறி, “என்ன ஆத்தா, இன்னிக்கி இவ்வளவு மொட்ட கழிச்சிக் கட்டியிருக்க,” என்றபடி திண்ணையில் அமர்ந்தார் முத்தண்ணா.

“ஜட அலங்காரத்துக்குக் கொண்ட பூ சுத்த அதைத் தனியா கட்டிடலாம்ன்னு சசி சொன்னா. செண்டுல கூட கலரடிச்சி சொருகிக்கலாம்ங்கிறா.” வேணியின் குரலுடைந்து மெல்லியதாக வெளிவந்தது.

“உனக்கு மொக்கு வீணாவக் கூடாது; அவ்வளவுதானே!”

“டீக்கடையில கிரி அப்பாவ பார்த்தேன், படாம விஷயத்த ஆரம்பிச்சேன். கிரி ஒரு வருஷம் முன்னமே ஒரு புள்ளய பிடிக்கும்ன்னான். அப்ப யார்ன்னு சொல்லல, வேணி மகளா? ரொம்ப சந்தோசம் முடிச்சிரலாம்ன்னு சொன்னாரு.”

சௌமியாவின் முகம் பிரகாசமாய் மலர்வதை பீரோ கண்ணாடி காட்டியது. அதைக் கவனித்தவாறே “முத்தண்ணா இனி இங்கே வராதீங்க,” என்றாள் வேணி.

முத்தண்ணா தலை குனிந்தபடி எழுந்து போனார். இடியிடித்தது. மேகம் திரண்டு இன்றும் மழை வருவது போலிருந்தது. இனி என் பொழப்பு என்று வேணி யோசித்துக்கொண்டிருந்தபோது படார் படாரென மழை விழுந்தது.

***கீற்று*, பிப்ரவரி 2019**

பூ மரம்

இன்று அவருடைய மாமா மகள் ராதாவுக்குத் திருமணம். நானும் அம்மாவும் போயிருந்தோம். அவருக்கு அவசர அலுவலக வேலை இருந்ததால் வரவில்லை. நானே எங்கள் வண்டியை ஓட்டிக் கொண்டு வந்திருந்தேன். பட்டுப்புடவை, நகை சகிதம். சீட் பெல்ட் போடுவது கொஞ்சம் சிரம மாக இருந்தது. அவர் சொன்னபடி டிரைவர் வைத்துக் கொண்டு வந்திருக்கலாம். அம்மாதான், "நாம இரண்டு பேரும் தனியா போறோம்; டிரைவர நம்பி இவ்வளவு நகை எல்லாம் போட்டுக்கொண்டு," என்று குழப்பிவிட்டார்கள். அவரும் சரி என்றார். அவர் போக முடிந்திருந்தால் நான் போகவேண்டிய தேவையில்லை. கிளம்பும்போது நன்றாக உடுத்தி நகைகளை அணிந்துகொள்ள நேரம் எடுத்ததால் அம்மா சலித்துக்கொண்டார்கள்.

"இன்னும் சின்னப் பொண்ணாட்டாம் அப்படியே இருக்க; பொறுப்பே இல்ல, இவ்வளவு நேரமெடுத்து மேக்கப் போடணுமா"

"ஆரம்பிச்சிட்டிங்களா அம்மா."

ஒருவழியாகக் கிளம்பி வண்டியை எடுத்துக் கொண்டு வேகமாக வந்து சேர்ந்தாயிற்று. அந்த ஊரை அடைந்ததும்தான் மண்டபத்தின் விலாசம் குறித்துக்கொள்ளாமல் வந்தது நினைவுக்கு வந்தது. கிளம்பும்போது ஏதேனும் பேசினால் இப்படித்தான் என்று அம்மாவிடம் குறைபட்டுக்கொண்டேன். அவருக்குப் போன் செய்து விலாசம் குறித்துக் கொண்டு, வழியையும் கேட்டுத் தெரிந்து

வண்டியை அவர் சொன்ன வழியில் ஓட்டிச் செல்லச் செல்ல வழி நீண்டது. என்ன மாதிரி இடக்கு முடக்கான இடத்தில் மண்டபத்தைப் பார்த்திருக்கிறார் இவர் மாமா. மண்டபத்தை அடையும் முன்பே அந்தக் குறுகிய பாதையில் வண்டியோட்டும் பதற்றத்தில் உடல் முழுதும் வியர்த்துக் கொட்டிவிட்டது. ஒரே கசகசவென்று இருந்தது. எவ்வளவு சீக்கிரம் முடியுமோ அவ்வளவு சீக்கிரம் கிளம்ப வேண்டுமென்று வண்டியை நிறுத்தும்போதே நினைத்தேன். மண்டபம் ஏதோ முடங்கு சந்தில் இருந்தாலும் மிக அழகாகவும் ஆடம்பரமாகவும் இருந்தது. புதிதாகக் கட்டப்பட்ட மண்டபம் போலும். கார் பார்க்கிங் கூட அடித்தளத்தில் இருந்தது. கஞ்சத்தனத்தால் அவர் மாமா இங்கே முடங்கு சந்தில் மண்டபம் பார்த்திருப்பார் என்று நினைத்தது எவ்வளவு தவறு? மிகச் சிறப்பாக, அழகாக அலங்காரம் செய்திருந்தார்கள். வாசல் முதல் உள்மண்டபம் வரை பூத்தோரணங்கள். மணமேடையும் பிரம்மாண்டமாக அமைக்கப்பட்டிருந்தது. அடேயப்பா நிறையச் செலவாகியிருக்கும்; மலைக்காமல் செய்திருக்கிறார். ஒரே பெண்தானே, செய்யலாம். அவளுக்குக் கொஞ்சம் வழுக்கை மண்டை; பார்க்க சுமாராக இருப்பாள்; மடக்கினாள் ஒடிந்துவிடும் உடல்வாகு. மாநிறம். நீண்ட நாள் திருமணம் தள்ளிப்போய்த் தற்சமயம் குதிர்ந்துள்ளது. செலவு செய்ய வேண்டியதுதானே.

மேளச்சத்தம் மனதைத் துள்ளச் செய்தது. நாதஸ்வரம், “என்னைக் கொஞ்சக் கொஞ்ச வா மழையே” என்று கொஞ்சிக் கொண்டிருந்தது. “இப்போலாம் கல்யாணக் கச்சேரின்னாலும் சினிமா பாட்டுதான், தாலி கட்டற நேரத்துக்கானும் கெட்டி மேளம் வாசிக்கிறாங்க; அதுவரை சந்தோசம்,” என்று அம்மா சொன்னதும் சரியே. அம்மாவுக்கு நாதஸ்வரம் கேட்கப் பிடிக்கும். பாதாம் பால் பருகியதுபோக மீதி இன்னும் தரையெங்கும் மஞ்சளாகச் சிந்திப் பிசுபிசுத்துக் கிடந்தது. சமையல் மணம் மேலே திருமணக்கூடம் வரை பரவியிருந்தது.

முதலில் எதிர்ப்பட்டவள் கலைராணி. மணப்பெண்ணின் சித்தி மகள். “அய் அத்தை வாங்க வாங்க,” என்றாள். “புடவை சூப்பர். நகையும் மேட்சிங்கா இருக்கு. உங்ககிட்ட எனக்குப் பிடிச்சதே உங்க டிரஸ் சென்ஸ்தான். லைட்டா மேக்கப் போட்டு அழகா இருக்கீங்க.”

“கொஞ்சம் மூச்சு விட்டுப் பேசு ராணி.”

“ஆனா இந்த ஹேர்கட்தான், முன்ன உங்களுக்கு எவ்ளோ நீளமா தல முடி இருக்கும்? எப்படிதான் இப்படி பாப் கட் பண்ணிக்க மனசு வந்ததோ? பூகூடக் கொஞ்சம்தானே வைக்க

முடியும்? உங்களுக் காகவே பெரியம்மாகிட்ட சண்டை போட்டு ரெண்டு முழம் பூ எடுத்து வைச்சிருக்கேன். சரி மாமா வரலையா? நீங்களே கார் ஓட்டிக்கிட்டு வந்தீங்களா? கிரேட் லவ் யூ அத்தை."

கைகளை அகல விரித்துத் தோளை ஒருவிதமாகக் குலுக்கிக் கொண்டு, "ஓவரா ஐஸ் வைக்கிற; கொஞ்சர; உன் மாப்பிள்ளைய நான் ஒன்றும் பெத்து வச்சிருக்கலயே."

"போங்க அத்தை, உங்களுக்கு எப்போ பாரு இதே பேச்சுதான். ராதாவுக்கு மேக்கப் கொஞ்சம் சரி செய்யணும் வாங்க."

"வெக்கத்த பாரு. இரண்டே நிமிசம், கசகசன்னு இருக்கு, முகத்தைக் கொஞ்சம் கழுவிட்டு வர்றேன்."

அவசரமாக ஒப்பனையறையுள் நுழைந்து என்னுடைய அலங்காரத்தைச் சற்றே சரி செய்துவிட்டு, மணப்பெண் அறையில் நுழைந்தேன். அறையின் மிஞ்சிய வெளிச்சம் மேலும் வியர்வையைக் கூட்டிக் கொண்டிருந்தது. "சூசூ" என்று ஊதிக்கொண்டும் கையாலேயே விசிறிக்கொண்டும் ராதாவிற்கு மேக்கப் சரிசெய்துகொண்டிருந்தேன்.

"வாம்மா வச்சி, புது மண்டபம்; அதனால் ஏசி வேலை செய்யுமென்றுதான் நினைத்தோம், ஆனால் சொதப்பல் ஆயிடுச்சி. கொஞ்சம் அட்ஜஸ்ட் பண்ணிக்க. எதுவும் விசேசமா?"

ராதாவின் அம்மா அவசரமாகப் பேசிவிட்டு மணப்பெண் அறையிலிருந்து எதையோ எடுத்துக்கொண்டு போகிற போக்கில் ஓலைவெடியை வீசிவிட்டு ஓடினாள். ஒரு நொடி கிடைத்தாலும் யாரும் எதையும் தவறவிடுவதில்லை. நொடி நேரம் கவனம் பிசகியது.

"மேக்கப் நல்லா போடறீங்க அத்த, பியூட்டிசியனே வேண்டாம்ன்னு சொல்லியிருக்கலாம் போல," கவனத்தை ஈர்த்தாள் என் நாத்தனார் மகள் வாணி.

"சரிடி; உன் கல்யாணத்துக்கு அப்படியே பண்ணிடலாம்."

லிப்ஸ்டிக்கைத் துடைக்கையில் ராதாவின் பல்லில் அப்பியிருந்ததை முழுதாகத் துடைக்க முடியவில்லை. அதற்குள் வேகமாக வந்த ஒருத்தி, "ராதா வா," என்று மிக உரிமையானவளைப் போல் தோளோடு அணைத்து அவளை மேடைக்குக் கூட்டிப் போனாள். யார் அந்தப் பெண்மணி? பார்க்க சுமாராக இருந்தாள். கறுப்பில்லை; வார்த்தையில் கொண்டு வரமுடியாத வண்ணமாக இருந்தாள். முகம் மட்டும் நல்ல வண்ணத்தில் இருந்தது. கை காலெல்லாம் கொஞ்சம்

கறுப்பு ஆம்... மாநிறமென்று சொல்லலாம். கை முழுவதும் முடி வளர்ந்திருந்தது அவள் நிறத்தை இன்னும் கறுப்பாக்கிக் காட்டியது. நேர்த்தியாக உடுத்தியிருந்தாள். பளிச் என்று இருந்தாள்; ஒரு விதப் புதிரான அழகு. எளிமையான நகை அணிந்திருந்தாள். புடவைத் தலைப்பை என் போலோ பிறர் போலோவன்றிப் பறக்கவிட்டிருந்தாள். நானும் என் அக்கா மகன்களின் திருமணத்தில் அப்படி பறக்கவிட்டு நேர்த்தியாக உடுத்தியிருந்ததைப் பார்த்து "யார் இந்தப் பெண்" என்று மற்றவர்களும் நினைத்திருப்பார்களோ?" மனத்துக்குள் முகிழ்த்த சிரிப்பு முகத்திலும் தெரிந்திருக்க வேண்டும். வாணி ஒருமாதிரி பார்த்தாள்.

ராதாவோடு நானொன்றும் அவ்வளவு நெருக்கமில்லை. அவருடைய சொந்தத்தோடு நான் அதிகம் நெருக்கம் காட்டுபவள் இல்லை. இருந்தாலும் கல்யாண மண்டபத்தில் எலுமிச்சை மஞ்சளாக, படித்த செருக்கோடு ஒருத்தி இருப்பது அவர்களுக்குப் பெருமைதானே என்று நினைத்துதான் அங்கு வந்து இருந்தேன். திருமண மண்டபத்தில் காரில் வந்து இறங்கினாலும், பெண்ணுக்கு மேக்கப் போட அனுமதிக்கப்பட்டாலும் அங்கே வந்து மணப் பெண்ணை அழைத்துப் போனாளே அவளிடம் மிடுக்கும் உரிமையும் அதிகப்படியாகத் தெரிகிறதே, அவள் யாராக இருக்குமென்று மீண்டும் மண்டைக்குள் அதே கேள்வி வந்து போனது. இப்படிச் சரளமாய் மேடைவரை நடமாடுகிறாள் என்றால் மாப்பிள்ளையின் மிக நெருங்கிய உறவினளாக இருக்க வேண்டும். மேடை மீதும் கூட இருந்தாள். மாப்பிள்ளை இருக்கும் லட்சணத்துக்கு அவள் கொஞ்சம் அதிகமாகவே அழகாகவும் தோன்றினாள். பெண்ணோடு ஒப்பிட்டு அவளும் என்னை இப்படி நினைப்பாளோ?

மணமகள் அறையிலிருந்த பால்கனியில் சிறிது நேரம் நின்றேன். இதமாகக் காற்று வீசியது. சற்றுத் தொலைவில் இரண்டு மரங்கள் தெரிந்தன; ஒன்று கசகசா பழ மரம், விரல்களை விரித்ததுபோல இலைகள். அங்கங்கே நட்சத்திரம் பொதித்தது போல் சிறு வெள்ளை மலர்கள் கிளை பரவி, இலை விரவி. பூ உதிர்த்து அழகாகத் தன் இருப்பை அடையாளப்படுத்திக்கொண்டு இருந்தது. பவளத் தொங்கட்டான் போன்ற கசகசா பழங்கள் அங்கங்குத் தொங்கிக்கொண்டிருந்தன. கூடவே இன்னொரு மரம் இலைகளே இல்லாமல் வெறும் கிளைகளையும் கொம்புகளையும் நீட்டிக்கொண்டு ஒரு கோட்டோவியம்போல இருந்தது. அது தீப்பிடித்தெரியும் கொள்ளியை நீரூற்றி அணைத்தது போல இருந்தது. அந்த மரமும் அழகாகவே இருந்தது. ஒரு மரம் பசும் அழகு. இன்னொன்று கரும் அழகு. இதில் பசுமை நிறைந்த மரம்

கவனத்திற்குரியதா, அல்லது அந்தக் கரு மரமே அழகானதா? அந்தப் பெண் இந்தக் கரு மரம் போலிருக்கிறாளோ? அடச்சை, நான் ஏன் இவளையே நினைத்துக்கொண்டிருக்கிறேன் என்று மண்டபத்துள் வந்தேன்.

மண்டபத்தில் பெண்கள் அனைவரும், வளைகாப்புக் கையில் அடுக்கப்பட்ட வளையல்கள் அருகருகே விதவிதமான நிறத்தில் இருப்பது போலப் பல்வேறு நிறப் பட்டுப்புடவைகளில் அமர்ந்திருந்தனர். நான் மணப்பெண் அறையை விட்டு வெளியே வந்து அம்மாவுடன் அமர்ந்துகொண்டேன். மேடையின் மீது மங்கலப் பொருட்களை எடுத்துக் கொடுத்தபடி வருபவர் போவோர்க்குப் புன்னகையைச் சிந்திக்கொண்டும் இருக்கும்போது அழகாக இருக்கிறாள். என்னோடு ஒப்பிட்டுப் பார்க்கும்போது அவள் சுமார் அழகுதான். ஆயினும் பிறர் கவனிக்கும்படி இருக்கிறாள். ஆனால் அந்தச் சிரிப்பில் ஏதோ கள்ளத்தனமிருக்கிறதே! நன்கு படித்தவளாக இருப்பாளா? ஹூகும்; என்னளவு படித்திருக்க முடியாது. நல்ல வேலையில் இருப்பாளா? கண்டிப்பாக என்னளவிற்குச் சம்பாதிக்க முடியாது. என்னைப் போல விடா முயற்சி இருக்குமா அவளுக்குப் பிறரிடம் பழகும் நற்குணம், எளிதில் எவருடனும் ஒட்டிக்கொள்ளும் பண்பு இருக்க முடியுமா? கண்டிப்பாக இருக்க முடியாது. இவளுக்கு ஓரளவுக்கேனும் இலக்கியம் தெரியுமா? வாய்ப்பில்லை. ஏதோ மிக நெருங்கிய சொந்தத்தின் கல்யாணத்தில் இவ்வாறு மிடுக்கு காட்டினால் போதுமானதா, வேறிடத்தில் பிறர் மனத்தில் என்ன இடம் இருக்கக் கூடும் இவளுக்கு? அவள் பையன் அம்மாவின் காதில் ஏதோ சொன்னான்.

“சரியான மரியாதை கெட்ட குடும்பமா இல்ல இருக்கு? இவ்வளவு நாள் கழிச்சிப் பொண்ணுக்குக் கல்யாணம் பண்றோம்ன்னு பதைப்பு இருக்கா? உப்பு சீதேவியாச்சே, எங்கேன்னு கேட்டா வீட்டில இருக்குன்னு சொல்றாங்க. எவ்வளவு அலட்சியம், அங்க என்ன முளைக்கவா போட்டு இருக்காங்க?”

மண்டபத்தில் வரிசைக்கு வைக்க வேண்டிய சீர் உப்பு இன்னும் வரவில்லை என்று பெருங்குரலெடுத்து மாப்பிள்ளையின் தாய் கத்தினாள். ராதாவின் அம்மாவும் சித்தியும் மிகவும் பயந்துபோய் இருந்தார்கள். என்ன செய்வது என்று புரியாதது போல மிகவும் பதற்றத்தில் இருந்தார்கள்.

“வச்சி! அவர் எங்கன்னு கொஞ்சம் பாரு. உடனே போய் உப்புப் போவணியை எடுத்துட்டு வரச் சொல்லணும், உன் கார்லதான் போகணும், நீயே போயிட்டு வந்துடு; அவங்க வீட்டுக்குக் கொடுத்துவிட்டா போதும்ன்னு நினைச்சிருந்தோம்.”

“அக்கா பதற வேண்டாம். இருங்க, பேசிப் பாக்கறேன். இல்லன்னா போய் எடுத்துட்டு வந்துடலாம்.”

மாப்பிள்ளையின் அம்மா அருகில் சென்று “அண்ணி ஏன் இவ்வளவு பதட்டப்படறீங்க, இதோ அஞ்சு நிமிசத்தில போயிப் போவணிய எடுத்துட்டு வரச் சொல்றேன். உப்புப் போவணி இவ்வளவு பெருசான்னா கண்ணு பட்டுறக் கூடாதுன்னு எங்க பக்கமெல்லாம் வீட்டுக்குத்தான் கொடுத்து அனுப்புவோம், இங்க கண்ட கண்ணு இருக்கும் பாருங்க,” என்றேன். அண்ணி என்று கூப்பிட்டதுமே அந்த அம்மா கொஞ்சம் கூல் ஆயிடுவாங்கன்னு நினைத்தேன். அதேபோல அவங்க கோவம் குறைந்தது போலிருந்தது; அதுவும் கண்ணுபடும் என்று சொன்னது சரியாக வேலை செய்தது.

“ஆனா சீதேவிங்க மேடையில இருக்கணும்.”

“அவ்வளவுதானே, இதோ சமையல் அறையில இருந்து படியில எடுத்துட்டு வரச் சொல்றேன். பாலும் பழமும் சாப்பிட ராதாவும் மாப்பிள்ளையும் வீட்டுக்கு வருவாங்கள்ல, அப்ப உங்க வீட்டுச் சீதேவியோட சீதேவிய அனுப்பறோம்; அதுதான் ரொம்ப விசேசங்க அண்ணி.”

மாப்பிள்ளையின் அம்மாவுக்கு வாய் மலர்ந்து போனது. “சரி சரி ஏதோ செய்யுங்க, எனக்கு ஒரே பையன்ங்க; எல்லாம் அவன் நல்லா இருக்கணும்ன்னுதான்.”

“முகூர்த்த நேரம் நெருங்கிடுச்சி, பெரிய பிரச்சனையாயிருக்கும் வச்சி. சுலோச்சனா அத்தை எப்பவும் இப்படிதான் கூறு கெட்டது. அவங்ககிட்ட முன்னமே எது எது மண்டபத்துக்கு சீர்க்கு வேணும்ன்னு கேட்டு வைக்கிறது இல்ல. நேத்து கூட பொண்ணு அழைப்பு கிளம்பணும்; அழைச்சிட்டு மண்டபத்துக்கு வர மாப்பிள்ளை வீட்டுல வந்துட்டாங்க. வீட்டான வீட்டுல நாலு எலும்பிச்சம் பழம் இல்ல தெரியுமா? கார் சக்கரத்துக்கு வைக்கணும், கடைசியில் என் வீட்டுக்காரர்தான் ஓடிப்போய்க் கடையிலிருந்து வாங்கிட்டு வந்தாரு. மாப்பிள்ளை வீட்டுல வேற சரியா ராவுகாலத்துக்குப் பத்து நிமிசம் முன்னதான் வந்து இருந்தாங்க. ஒரே டென்சன்னா போச்சுப் போ. சமத்து நீ சமாளிச்சிட்ட” என்று நாத்தனார் புகழ்ந்து தள்ளினார். அவங்க குடும்பமே இப்படித்தான். நான் துரும்பை அசைச்சாலும் தலையில் தூக்கிவைச்சிக் கொண்டாடுவாங்க.”

மாப்பிள்ளையின் அம்மா அவளிடம் தலையை ஆட்டி ஆட்டி ஏதோ சொல்லிக்கொண்டிருந்தார்கள். நான் அவளைப் பார்த்தேன். இந்தக் கலாட்டாவைத் தொடங்கிவைத்ததே

அவள்தானோ? ஆனால் எதுவும் தெரியாதவள் போல ஏதோ முக்கியமான வேலை செய்யும் பாவனையில் இருக்கிறாள். இத்தனை கலாட்டா நடந்தும், நான் சாமர்த்தியமாக அதைக் கையாண்டும் அவள் ஏன் என்னைக் கண்டு கொள்ளவில்லை? ஒருவேளை அவள் ராதாவைத் கூட்டிக்கொண்டு போனபோது என்னை அங்கே கவனித்திருக்க மாட்டாளோ? அங்கே இருந்தவள்தான் இங்கே இந்தப் பிரச்சனையைச் சரி செய்தது என்று தெரியாதிருக்கலாம். இருக்கலாம் இருக்கலாம் நான் தான் அவளை விடச் சிவப்பாக இருக்கிறேனே, இவ்வளவு திறமையாகப் பேசுகிறேனே, பின்னர் கவனிக்காது எப்படி இருக்க முடியும்? பிரசன்ன வதனி என்னைப் பார்த்தால் யாருக்கும் பேச ஆசைவரும். எங்கள் சொந்தத்தில் நிறையப் பேர் சொல்லிக் கேட்டிருக்கிறேன். இவளால் மட்டும் என்னை எப்படிக் கண்டுகொள்ளாமல் இருக்க முடிகிறது? தலையை உதறி எண்ணங்களை விலக்க முயன்றேன். என் பார்வை அவளையே பின் தொடர்ந்தது.

வேண்டுமென்றே அவள் கண்ணில் படும்படி மணமேடை அருகே நடந்தேன். அங்கிருந்தோரிடம் வலுக்கட்டாயமாகப் புன்னகை செய்தேன். ராதாவின் அம்மாவும் சித்தியும் இன்னும் என்னென்ன பிரச்சனைகள் வருமோ என்ற பயத்தோடு சுற்றிக்கொண்டிருந்தார்கள். அங்கே இருந்தவர்கள் பலரையும் எனக்கு யாரென்றே தெரியவில்லை. அம்மாசொல்வது போல அடிக்கடி ஏதேனும் விசேசங்களுக்கு வந்துபோனால்தானே மற்றவர்களைத் தெரியும்; தெரியாதவர்கள் எப்படி என்னிடம் பேச முடியும்? வெறுமனே அங்கேயே எத்தனை நேரம் உலாத்திக் கொண்டிருப்பது என்று நான் முன்னர் இருந்த இடத்திற்கே வந்து அமர்ந்தேன். அம்மா நாங்கள் முன்பு அமர்ந்திருந்த இடத்தில் இல்லை. நான் வேறு எங்காவது எழுந்து போவேன் என்று நினைத்திருப்பார்கள் போலும். தொலைவில் ஒரு கூட்டத்தில் அமர்ந்து சிரித்துச் சிரித்துப் பேசிக்கொண்டிருப்பது தெரிந்தது. என்னுடைய நாத்தனார், அவள் பிள்ளைகள், மாமியார், மாமனார் என்று எல்லாரும் அவரவர் குழுவோடு மிகவும் ஒன்றிப் போய் நேரம் கழிவது தெரியாமல் வெட்டி அரட்டை அடித்துக்கொண்டிருந்தனர். மீண்டும் அந்தப் பெண் நினைப்பே வந்தது. எவ்வளவோ முயற்சி செய்து வேறு ஏதேனும் ஒன்றில் கவனம் செலுத்த நினைத்தேன்.

அன்றொரு நாள் அலுவலகத்திலிருந்து வீடு திரும்பும்போது வழக்கமான சாலை நெரிசலில் சிக்கியபோது, எல்லாப் பக்கமும் வாகனங்கள் ஒலிப்பான்களை ஓங்கி ஓங்கி ஒலித்துக்கொண் டிருந்தன. நீண்ட வாகனம் ஒன்று அடிக்கடி ஒரு தாளகதியில்

மூச்சை இறைப்பது போன்ற ஒலியைக் கூடவே செய்து கொண்டிருந்தது. சாலையில் சலிப்புற்று காத்திருந்தபோது முன்னால் நின்றுகொண்டிருந்த மஞ்சள் நிற வேனில் பின் முகப்பு விளக்குகளும் அதனோடு இருந்த மற்ற அலங்கார விளக்குகளும் ஒரு பைத்தியக்காரனின் கண்களைப் போல மாறி மாறி மினுமினுத்துக்கொண்டிருந்தன. அதை அப்படியே பார்த்துக்கொண்டிருந்ததால் மனத்தில் ஒருவிதப் படபடப்பு ஏறியது. சத்தமும் விளக்குகளும் சலனப்படுத்திய மனநிலை. அந்தச் சலனம் இப்போதும் வந்துவிட்டதா? அவள் எப்படி என்னைக் கவனிக்காமல் இருக்க முடியும்? என்னுடன் பேச வந்த எவரிடமும் சரியாக முகம் கொடுத்துப் பேச முடிய வில்லை. எங்கள் சொந்தங்களில் ஒருவர் என்னிடம் வந்து ஏதோ பேசிக்கொண்டிருந்தார். "என் பெண்ணுக்கு உங்கள் பெயர்தான் வைத்திருக்கிறேன்," என்றது மட்டுமே காதில் விழுந்தது; மற்ற எதுவும் கேட்கவில்லை. கண் முழுவதும் அவள் சென்ற திசையிலேயே திரும்பியது. ஆனால் ஒருமுறையும் அவள் கண்கள் என் கண்களைச் சந்திக்கவில்லை. அவளுக்கு நான் பொருட்டல்ல. திருமணத்தில் வந்திருக்கும் யாரோ ஒருத்தி என்று நினைக்கிறாள்.

திருமண நிகழ்வில் மணமக்களை அட்சதை அரிசி போட்டு வாழ்த்த மேடைக்கு ராதாவின் சித்தி வந்து கூட்டிக்கொண்டு போனார்கள். அந்த நேரம் சரியாக அவள் அங்கிருக்கவில்லை. வேண்டுமென்றேதான் அவள் அந்த நேரத்தில் மேடையை விட்டுப் போயிருக்க வேண்டும். நான் முன்பே நினைத்ததுபோல அவள் அகம்பாவியாகத்தான் இருக்க வேண்டும். என்னைப் பற்றி யாரென்று முன்னமே கேட்டுத் தெரிந்திருப்பாள். என்னைப் பார்த்தால் புன்னகைக்க வேண்டும் அல்லது ஏதேனும் பேச்சுக் கொடுக்க வேண்டுமென்று நினைத்துதான் எங்கேனும் போய் இருப்பாள். கொஞ்சம் பொறாமையாகக் கூட இருக்கலாம். இருக்கட்டும், ஒரு முறை நேரில் எதிர்ப்படாமலா போய்விடுவாள்? அப்போது பார்க்கலாம் என்று நினைத்துக்கொண்டே மேடையிறங்கினேன். கொஞ்ச நேரம் கழித்துப் பார்த்தேன், மீண்டும் மேடையில் இருந்தாள். பெண்ணுக்கும் மாப்பிள்ளைக்கும் இழைந்து இழைந்து பாலும் பழமும் பரிமாறினாள்.

சமையல் மணமே, உணவு நன்றாக இருக்கும் என்ற உணர்வைத் தந்தது. அதுவும் இவர் குடும்பம், நன்றாகச் சாப்பிட வேண்டும் என்பதை மட்டுமே குறிக்கோளாகக் கொண்ட குடும்பம். கல்யாண சமையல் வேறு கேட்கவா வேண்டும், மிகவும் நன்றாகவே இருக்கும். விதவிதமாய்ப் பொரியல், கூட்டு என்று இலையை நிறைத்து வைத்திருந்தார்கள். நாலு விதமாய்ச்

லாவண்யா சுந்தரராஜன்

சிற்றன்னங்களும் இருந்தன. தேங்காய் உப்பட்டும் இருந்தது. சாம்பார் மணம், இல்லாத பசியைக்கூடக் கிளறிவிடும்படி இருந்தது. எனக்கு நன்றாகப் பசித்தது. ஆனாலும் என்னால் உணவில் எந்தக் கவனமும் செலுத்த முடியவில்லை. எப்படியாவது அவளுக்கு என்னைப் பற்றித் தெரியவைக்க வேண்டும். அதற்குப் பிறகு அவள் திமிர் முகம் சிவப்பதைப் பார்த்து ரசிக்க வேண்டும். இப்போதைக்கு இது நடந்தால் போதுமானது. தன்னுடைய பெண்ணுக்கு என் பெயரை வைத்திருப்பதாகச் சொன்னவர் எதிர் வரிசையில் அமர்ந்து சாப்பிட்டுக்கொண் டிருந்தார். எதேச்சையாகத் திரும்பியபோது புன்னகை செய்தார். அவசரமாகச் சாப்பிட்டுவிட்டுப் பாதி உணவுவகைகளோடு இலையை மூடிவைத்துவிட்டு மாடி ஏறி மணமேடை அருகே வந்து அமர்ந்தேன்.

மேடையை விட்டுப் பெண்ணும் மாப்பிள்ளையும் இறங்கி சாப்பிடச் செல்லும் வழியில் அவளும் உடன் வந்தாள். நான் குறுக்கே சென்று “ஹாப்பி மேரிட் லைப் ராதா. மாப்பிள்ளை, எங்க வீட்டுப் பெண்ணுக்கு எதுவும் தெரியாது; ரொம்ப ஸாப்ட், கவனமா பார்த்துக்கோங்க, எங்க ஊருக்கு வாங்க, எனக்கு விடுமுறை இருக்கும்போது வாங்க, ஆபீஸ் நாளில் வந்தாலும் வொர்க் ப்ரம் ஹோம் போடலாம்; வீடெல்லாம் சொந்த வீடுதான், த்ரி பெட்ரூம் தனி வீடு, நல்ல வசதியா இருக்கும். ஏன் சொல்றேன்னா வாடகை வீடுன்னா தண்ணி பிரச்சனை, விருந்தினர் வந்தால் வீட்டுச் சொந்தக்காரங்க பிரச்சனைன்னு இருக்கும். ஆனா இங்கே அது பிரச்சனை இல்லை. நீங்க அவசியம் விருந்துக்கு ராதாவோட வரணும். எங்க காரிலேயே பக்கத்தில் எங்கேனும் போய்ச் சுத்திக் காட்டிடறேன், நானே கூட கார்ல கடைக்கெல்லாம் கூட்டிப் போயிட்டு வந்துடுவேன். மைசூர் வேணுமென்றால்கூடப் போகலாம். வீக் என்ட் ப்ளான் பண்ணிட்டு வாங்க,” என்று அவள் காதில் விழும்படி குரல் உயர்த்திப் பேசிக்கொண்டிருந்தேன். அவளின் முகபாவங்களை நோட்டமிட்டவாறே அவளின் ஆணவத்தைக் குலைத்து எறிய ஒரு சிறு தருணத்தை எதிர்நோக்கியிருந்தேன். ஆனால் அதற்குள் ஒரு குட்டிப் பெண் வந்து, “அம்மா பாவாடையைப் பாரேன், அண்ணன் காப்பியைக் கொட்டிட்டான்,” என்றாள். அவளை அப்படியே அள்ளி எடுத்துக்கொண்டவள், அப்போதுதான் என்னை முதல்முறையாகப் பார்த்தாள். அதில் சிறிதும் புன்னகையில்லை, கனிவில்லை; எந்தவித உணர்வில்லாத எடுத்தெறிந்த பார்வை; முன்பு ஒருமுறை எங்கிருந்தோ எங்கள் வீட்டுக்கு வந்து நான்கு குட்டிகளை ஈன்றெடுத்த தாய்ப்பூனைக்கு நான் உணவிடச் சென்றபோது அது பார்த்த பார்வையைப் போலவே இருந்தது.

கைப்பையில் வைத்திருந்த சாக்லேட்டை எடுத்துக் குழந்தையின் கையில் கொடுத்தேன். "வேண்டாம், அம்மா யார் கிட்டயும் எதுவும் வாங்கக் கூடாதுன்னு சொல்லி இருக்காங்க," என்றது குழந்தை. "பரவாயில்ல வாங்கிக்க, அம்மாகிட்ட நான் சொல்லிக்கிறேன்." குழந்தை அம்மா முகத்தைப் பார்த்தது. அவள் வாங்கிக்கச் சொல்லிக் கண்ணை ஒருவிதமாய்த் தூக்கி "ம்" என்று தலையை ஆட்டினாள். குழந்தையைக் கையில் வாங்கியவள், பையைத் துழாவி டிசைனர் தோடுகள் அடங்கிய அலங்கார முடிச்சை எடுத்துக் கொடுத்து "இது உன் டிரஸ்க்கு மேட்சா இருக்கும்," என்று நான் சொன்னதும் அந்தக் குழந்தை "அய் அழகா இருக்கு எனக்கே எனக்கா," என்றது. "எதுக்குங்க இதெல்லாம் பாப்பா ஆன்டிக்கிட்டயே குடுத்துடு," என்றாள் அவள். "இல்லைங்க இருக்கட்டும்," என்றேன். "அம்மா இந்த ஆன்டி அழகா நல்லவங்களா இருக்காங்கல்லம்மா." அவள் மௌனமாக இருந்தாள். "எவ்வளவு சிவப்பா பொம்மையாட்டம் இருக்காங்க." குழந்தை என் கைகளைப் பற்றித் தடவியது. "ஐய் கை வளவளன்னு எவ்வளவு வெள்ளயா இருக்கு. இவங்களுக்கு உன்னைப் போல கையில முடியில்லம்மா." அவள் கண்ணில் கலவரம் தெரிந்தது. அவளின் உதடுகளுக்கு மேல் மெல்லிய மீசையும் தாடையில் சில முடிகளும் இருந்தன. எனது கண்கள் அவள் முகவாயைக் கவனிப்பது தெரிந்து பார்வையை வேறு இடம் திருப்பினாள். "இந்த ஆன்டிய ரொம்ப பிடிக்குது. வாசனையா இருக்காங்க. நம்ம வீட்டுக்குக் கூட்டுட்டுப் போலாமா," என்றது குழந்தை. அவள் என்னைப் பார்த்துப் புன்னகைசெய்தாள். அதைக் கொஞ்சமும் கவனிக்காதபடி, "ராதா ஆன்டியோட எங்க வீட்டுக்கு வா குட்டிப் பொண்ணு; அங்கே இன்னும் கிப்ட் தர்றேன்," என்று நான் விலகி எதிர்த்திசையில் நடந்தேன்.

கபாடபுரம், ஆகஸ்ட் 2016

பயணங்கள்

"துண்டு எடுத்து வைச்சிட்டியா, லாஸ்ட் டைம் அங்கே போய் வாங்கினது வேஸ்ட்" சத்தமாய்ச் சொன்னான் விஜயன்.

பதில் எதுவும் சொல்லாமல் அர்ச்சனா கடைசியாக எடுத்துவைக்க வேண்டியவற்றை எடுத்து வைத்துக்கொண்டிருந்தாள். ஆறேழு நாட்களுக்கான துணிமணிகள், உள்ளாடைகள், குளியலுக்குத் தேவைப்படும் பொருட்களையெல்லாம் நேற்றே எடுத்து வைத்திருந்தாள். எப்போதும் பயணத்தின் போது குளியலறைப் பொருள்களைப் போட்டு எடுத்துச்செல்ல வைத்திருக்கும் டாய்லெட் பவுச் மட்டும் எங்கே என்று தெரியவில்லை.

"இந்த வீட்டில் வைச்சது எப்போ வைச்ச இடத்திலிருக்குமோ?"

"எப்போ நீ ஆபீஸ் டூர் கிளம்பினாலும் இதே கலவரம்தான். நீ ஏன் இந்த பிரமோஷன்க்கு எழுதிக் கொடுத்தேன்னு இருக்கு."

"ஒன்னாம் தேதி சுளையா பதினாறாயிரம் அதிகமா வருதே அப்ப?"

"எனக்குதான் குடுக்கறியா?" கையிலிருந்த துண்டை வேகமாக வாஷிங்மெசின் உள் எறிந்தவன், அதே கோபத்தோடு பூசையறைக்குப் போய்க் கொண்டே "இந்த முறை போன டைம் தங்கின ஹோட்டல்ல தங்காத," என்றான். பூஜையை வேகவேகமாய் முடித்துவிட்டு உணவு மூட்டையைத்

தூக்கியவனாக அலுவலகம் கிளம்பினான். கதவுவரை வந்தவள் அவன் முகத்தைப் பார்த்தாள். விடை பெறுவதற்கான முகமசையும் பாவனைகள் கூட இல்லாமல் விரைத்துக் கொண்டு கிளம்பிப் போனான். ஏமாற்றமாய் வீட்டிற்குள் திரும்பினாள்.

அலுவல் நிமித்தம் இந்தப் பயணங்களுக்குப் போய்க் கிளம்பும் ஒவ்வொரு முறையும் சொல்லில் விளக்க முடியாத பூதம் ஒன்றுடன் கிளம்புவதுபோலப் பதற்றப்படுவது ஏன் என்று நினைத்தாள் அவள். சாப்பிட்டுவிட்டுப் பாத்திரங்களைக் கழுவி வைத்துவிட்டு, தலை வாரினாள். மெல்லிய முகப்பூச்சை முடிந்துவிட்டுத் தொலைபேசியில் அலுவலக ஓட்டுநரை அழைத்தாள், "ப்பைய்யா ககங்ஹோா?" வீட்டைப் பூட்டிக் காலணிகள் வைக்கும் மர அலமாரியின் கதவைத் திறந்தாள்; அது கையோடு வந்தது. காலைலேயே டென்சன் பண்ணா இப்படிதான் எல்லாம் இடைஞ்சலாகும். அப்பா முனிசாமி நல்லபடி போயிட்டு வீடு திரும்பணும் என்று நினைத்துக் கொண்டே செருப்பை மாட்டிக்கொண்டு மரக்கதவைப் பக்கவாட்டில் வைத்தால் அது நிற்காமல் சரிந்து சிறு சத்தத்தோடு விழுந்தது. பையையும் லாப்டாப்பையும் தூக்கிக்கொண்டு கீழே வந்தாள்; வண்டி தயாராக இருந்தது; ஏறிக்கொண்டாள்.

○

பேருந்து நிலையம் அடைந்ததும் கிளம்ப இன்னும் ஐந்து நிமிடங்களே இருந்த மலைநகரம் நோக்கிச்செல்லும் அந்தப் பேருந்தில் வசதியான இடத்தைப் பிடித்தாள். துணிமணிகள் இருந்த சூட்கேஸை இருக்கைக்கு அடியில் வைத்துவிட்டு, லேப்டாப் பையைத் தலைக்கு மேலே இருந்த பயணப்பெட்டிகள், சாமான்கள் சேமிக்கும் ரேக்கில் எக்கிக்கொண்டு வைத்தாள். காலணி இரண்டு ஏடாகப் பிரிந்தது. நேற்றே அலுவலகத்திலிருந்து திரும்பும்போது ஓரிரு முறை கொஞ்சம் மடங்கியது நினைவுக்கு வந்தது. "மழை தண்ணில நடக்கும்போதே நினைச்சேன்," என்று நினைத்தவளாக இருக்கையில் அமர்ந்து கொஞ்சம் உடல் இறுக்கத்தைத் தளர்த்திக்கொள்ள பெருமூச்செறிந்தாள். செருப்புத் தைப்பவர்களை எங்கே போய்த் தேடுவது? இந்தப் பேருந்தில் சரியான நேரத்தில் சென்றால்தான் மினிபஸ் பிடித்துச் செல்ல வேண்டிய மலைநகர் அருகிலிருக்கும் அந்த டவுனை அடைய முடியும். மலைநகரத்திலிருந்து போக்குவரத்துக்குப் பேருந்துகள் மிகவும் குறைவு. மாலை ஆறு மணிக்குமேல் எங்கே செல்லவும் பேருந்துகள் இருக்காது. தனியார் வாகனங்கள் ஒன்றிரண்டு வந்து போகும். அவள் செல்ல வேண்டிய டவுன் மூன்று நான்கு கிலோமீட்டர் தொலைவில் இருக்கிறது. பகலென்றால்

நடந்தே போய்விடலாம். அந்தப் பேருந்து நிலையத்தின் அருகில் செருப்பு செப்பனிடும் எந்த ஆட்களையும் இதுவரை அவள் பார்த்ததில்லை. பஸ் போய்ச் சேரும் நேரத்தில் செருப்பைச் செப்பனிட நேரமிருக்குமா, என்ன செய்யலாமென்று யோசித்தாள். செருப்பில்லாமல் இந்தச் சுமையையும் தூக்கிக்கொண்டு பத்தடி கூட நடக்க முடியாதே. அதை நினைத்து இப்போதே அவளுக்குக் கவலை பிடித்துக்கொண்டது.

பேருந்து கிளம்பியது. குளிர்ந்த காற்று அவளுடைய எல்லாப் பதற்றத்தையும் குறைத்தது. மரமொன்று மத்தாப்பூவை உதிர்ப்பது போல் மஞ்சள் பூக்களை உதிர்த்துக் கொண்டிருந்தது. அந்த மஞ்சள் மலர்களின் பெயர் அவளுக்குத் தெரியவில்லை. பெயர் தெரியாவிட்டால் என்ன, மனம் இலகுவாகிப் போனது. பூ தான் பிறந்த பலனை அடைந்தது என்று நினைத்தவள், “பயணத்தில் உடல் மட்டும் நகர்வதில்லை,” என்று சொன்னாள். அருகிலிருந்தவள் அவளை என்ன என்பதுபோலப் பார்த்தாள். “ஒன்றுமில்லை,” என்று சொல்லிவிட்டு வெளியில் அடுத்தடுத்து மாறிக்கொண்டிருந்த காட்சிகளைப் பார்க்கத் தொடங்கினாள். சில பறவைகள் பறந்துகொண்டிருந்தன. பறவையைப் பார்த்த அடுத்த கணத்தில் இளஞ்சிவப்பு ஊமத்தை மலர்கள் கண்களில் பட்டன. கூம்பு வடிவ ஒலிபெருக்கி போலிருந்த அது அவளுக்கான இசையைப் பரப்பியபடி இருந்தது. மலைநகரருகில் இன்னும் அதிகமான மலர்களும் பசுங்கொடிகளும் இருக்கும். பார்க்கப் பார்க்க கண் குளிர்ந்துபோகும். சற்றுத் தொலைவில் ஒரு நதிஓடிக் கொண்டிருந்தது. அதில் டால்பின் ஒன்று மேலே குதித்து மீண்டும் நீருக்குள் அமிழ்ந்தது. திடீரென வண்டி பெரும் சத்தத்தோடு குலுங்கி நின்றது. உறங்கிக்கொண்டிருந்த அர்ச்சனா திடுக்கிட்டு விழித்தாள். ஒரு மரத்தில் மோதிப் பேருந்து நின்றது. “பஸ் பிரேக் டவுன். நல்லவேளை மலையேற ஆரம்பிச்ச உடனேயே தெரிஞ்சது,” என்று தொலைவில் யாரோ பேசுவது கேட்டது. கொஞ்ச நேரம் ஒன்றும் புரியவில்லை. பிரேக் டவுன்னா எப்போ கிளம்பும். மினி பஸ் போயிட்டா என்று யோசித்துக்கொண்டே நடந்தார். நடத்துநர், “சீக்கிரம் வாங்க மெக்கானிக்,” என்று தொலைபேசியில் பேசியது சற்றே ஆசுவாசத்தைத் தந்தது.

❍

அந்த நகரத்தைப் பணிநிமித்தம் மாலை நான்கு மணிக்கு அடைந்தவளுக்குப் பொழுது இறங்கிவிட்டது போலிருந்தது. ஹோட்டலில் அலுவலகமே அறையைப் பதிவு செய்திருந்தது. செக் இன் செய்யும்போது மானேஜர் வேண்டுமென்றே “டபுள் காட்?” என்றான். இவள் பதிலெதுவும் சொல்லாமல் அடையாள

அட்டையைப் பெற்றுக்கொண்டு அறையை அடைந்தாள். நன்கு இருட்டும்வரை நேரம் எளிதாக நகர்ந்துவிடும். ஆனால் பயணத்தின்போது ஒவ்வோர் இரவும் திகில் நிறைந்ததாயும் தெளிவற்றதாயும் விநோதமானதாயும் கழியும். நடு இரவில் கதவு உயிர் பெற்றுப் பேசும். முதன்முதலாய்த் தனியாகப் பயணம் செய்தபோது பயத்தில் பல இரவுகள் உறங்கவில்லை. இப்போதும் கொஞ்சம் நடுக்கம் இருக்கவே செய்தது. ஓய்வெடுக்கும் நேரம் உணவினைத் தருவித்து உண்ணுவாள். உணவு வழங்குபவன் கூட 'தனித்திருக்கிறாள்' என்று கள்ளப்பார்வை பார்ப்பது போலிருந்தது. "பாத்திரங்களை நானே வெளியே எடுத்து வைத்து விடுவேன் நீ போ," என்று விரட்டினாள்.

பயணவிடுதியில் அன்றை நள்ளிரவில் கதவு தடதடவென்று தட்டப்பட்டது. அவள் அசைவின்றி இருந்தாள்; இன்னும் பலமுறை கதவு பலமாகத் தட்டப்பட்டது. அவளுக்கு அடிவயிற்றில் ஏதோ பரவியது போலிருந்தது. யாரோ ஒரு பெண் அழும் குரல் கேட்டது. விஜயனிடம் போனில் பேசினாள். கதவைத் திறக்கவேண்டாமென்று அவன் சொன்னான். இருந்தாலும், "ப்ளீஸ் ஹெல்ப்கீஜியே," என்ற பெண்குரல் கேட்டதும் எழுந்து வந்து கதவைத் திறந்தாள். அந்த விடுதியில் யாருக்கும் ஹிந்தி தெரியவில்லை. விடுதி மேனேஜரும், "மேடம் பக்கத்து ரூம்ல ஏதோ பிரச்சனை. வந்து என்னவென்று கேட்டுச் சொல்லுங்க," என்றார், அழுதுகொண்டிருந்த அந்தப் பெண்ணின் முகத்தில் கலவரம் தெரிந்தது. முக்காடு நழுவுவதைச் சரிசெய்தபடி அவள் "தீதி ஷமகீஜியே, மேரே பதிக்கோ குச் ஹோகையாஹே, ஹாஸ்பிடல் லெஜான ஹே. அப்க்கா மதத் சாயியே,"(சகோதரி மன்னியுங்கள், என்னுடைய கணவருக்கு என்னவோ ஆகிவிட்டது; மருத்துவமனைக்குக் கொண்டு செல்ல வேண்டும், உங்களுடைய உதவி தேவை) என்றாள். அவள் கணவன் மிக அதிகமாய்க் குடித்து மயங்கி இருந்தான். கோணலாக மடிந்துகிடந்ததைப் பார்த்தாலே நிலைமை மிக மோசமென்று தெரிந்தது. வாயிலிருந்து நுரை தள்ளிக்கொண்டிருந்தது. உடனடியாக ஆம்புலன்ஸ் வரவழைத்து மருத்துவமனை வரை சென்றாள். அவள் கணவன் உயிருக்குப் போராடிக் கொண்டிருந்தான். அந்தப் பெண்ணுக்கு எழுத்தறிவும் இல்லை; பாஷையும் தெரியவில்லை. மருத்துவமனையில் முதல்கட்ட சம்பிரதாயங்களை அர்ச்சனாவே செய்தாள். அவள் வீட்டினைத் தொடர்புகொள்ளச் செய்தாள். அந்தப் பெண் அவள் கைகளைப் பிடித்துக்கொண்டு, "மிக்க நன்றி; கடவுள் போல் வந்து உதவினீர்கள்," என்று சொன்னாள். அவளுக்குக் கொஞ்சம் ஆறுதல் சொல்லியவள், "என்னால் இங்கே அதிக நேரம் இருக்க முடியாது. நாளைக்கு அலுவலுக்குப்

போக வேண்டும் மன்னியுங்கள்," என்று சொல்லிவிட்டு விடுதி திரும்பினாள்; இருந்தாலும் சரியாக உறங்க முடியவில்லை.

மறுநாள் விடுதிக்கு அருகிலிருந்த தேநீர்க் கடைக்குப் போனாள். அவள் தேநீர் கேட்டதும் ஒரு சின்ன பையன் அதைக் கொண்டு வந்தான். ஏதோ நினைவில் இருந்தவனை "உன் பெயர் என்ன," என்று கேட்டதும், அந்தச் சிறுவன் பதற்றத்தில் தேநீர்க் குவளையைத் தவறவிட்டான். அவன் முதலாளி சகட்டுமேனிக்கு அடிக்க ஆரம்பித்தார். "அடிக்காதீங்க, நான் க்ளாசுக்கும் சேர்த்துக் காசு குடுத்தடறேன்." இதைக் கேட்டதும் இன்னும் அடிக்க ஆரம்பித்தார் அந்தக் கடை முதலாளி. சிறுவனின் சட்டையற்ற முதுகு சிவந்துபோனது. "இப்ப அடிக்கிறதை நிறுத்தப் போறீங்களா, இல்லையா," என்று சொல்லிச் சத்தமிட்டாள். உடனிருந்தவர்கள் யாருமே உதவிக்கு வராமல் போக, அந்தச் சிறுவனை இழுத்துக்கொண்டு கிளம்பினாள். "ஏய் வெளியூர்ல இருந்து வந்துட்டு இப்போ இந்தப் பையன கூட்டிட்டுப் போயிடுவியா, பாரு உன்ன என்ன பண்றேன்," என்று கத்தக்கத்த சிறுவனை இழுத்துக்கொண்டு வேகமாக நடந்தாள். விடுதியை அடைந்ததும் அவனை எங்கே கொண்டு விடுவது என்ற கவலை வந்தது. அனாதை விடுதியில் சேர்க்க முற்பட்டபோது, "நீங்கள் யார், உங்களுக்கு என்ன அக்கறை? உங்களுக்கும் அந்தச் சிறுவனுக்கும் என்ன உறவு," என்று நீண்டன கேள்விகள். அத்தனை கேள்விகளுக்குப் பதில் சொல்லியும் பிரயோசனமில்லை. மீண்டும் விடுதிக்கு வந்தபோது மேனேஜரிடம், "இந்தப் பையனை இங்கேயே வேலைக்கு வைத்துக்கொள்ள முடியுமா," என்று கேட்டாள். "ஹோட்டல் முதலாளியும் விடுதி முதலாளியும் அண்ணன் தம்பிங்க. அதெல்லாம் ஆகாது; உங்களுக்கு எதுக்கும்மா வேண்டாத வேலை," என்றவன், "டீக்கடைக்காரன் உங்களைத் தேடிக்கிட்டு இருக்கான்," என்று எச்சரித்தான். "சரி, நான் போகும்வரை என்கூட இரு," என்றாள். "பசிக்குது," என்ற அந்தச் சிறுவனுக்கு வாங்கிக்கொடுத்த பன்னை லபக் லபக்கென்று அவசரமாய்த் தின்றபோது, "மெல்ல தின்னு," என்றதற்கு, "முதலாளி திட்டுவாரு," என்றான்.

மூன்றாம் நாள் விடுதிக்கு வந்த ஒரு தம்பதியினர் இவளுக்கு மிகவும் நெருக்கமாயினர். அவளிடம் ஒரு பெண் குழந்தை இருந்தது. "உன் பெயர் என்ன," என்று கேட்டவுடன் அந்தக் குழந்தை அவள் அருகில் வந்து அமர்ந்துகொண்டது. குழந்தையோடு ஒட்டிக்கொண்டாள். உணவு அருந்த பெரும்பாலும் அவள் அவர்களுடன் சென்று வந்தாள். குழந்தை இவளுடனும் இருந்தது அந்தத் தம்பதிகளுக்கு ஒருவிதத்தில் உதவியாக இருந்திருக்கக்

கூடும். “இவளை எப்படி இவ்வளவு சுலபமா கையாளுறீங்க, ரொம்ப சுட்டி; படுத்துவா,” என்று அந்தப் பெண்மணி பாராட்டிக் கொண்டே இருந்தாள். “ஆன்டிய தொந்தரவு செய்யாதே,” என்று ஓயாமல் அந்தக் குழந்தையிடம் சொல்லிக் கொண்டிருந்தான் தந்தை. ஒவ்வொரு நாளும் காலையிலேயே அவர்கள் அந்தக் குழந்தையை அவளிடம் விட்டுவிட்டுத் தங்கள் அறையில் தஞ்சம் அடைந்துவிடுவார்கள்; இரவுவரை அவளுடனேயே இருந்தது. பலவித விளையாட்டுகளைக் காட்டுவாள்; கதை சொல்வாள்; பாட்டு பாடச் சொல்லிக் கேட்பாள். அந்தக் குழந்தை அதிக நேரம் அவளுடன் இருந்ததைப் பற்றி அந்தத் தம்பதியினர் அதிகம் கவலை கொள்ளாமல் இருந்தது அவளுக்கு ஆச்சரியமாக இருந்தது. பார்க்க இருவரும் நவீனமாக இருந்தாலும் அவர்களின் இணக்கம் கொஞ்சம் அதிகப்படியாக இருந்தது. அவளுக்குக் குழந்தையுடன் நேரம் சரியாக இருந்ததால் எதைப்பற்றியும் அதிகம் சிந்திக்கவில்லை. வேலைக்குப் போகுமிடமெல்லாம் அந்தக் குழந்தையைக் கூட்டிக்கொண்டு போனாள். “உன்ன அம்மா தேட மாட்டாங்களா பாப்பா,” என்றபோது, அதற்குப் பதில் சொல்லத் தெரியவில்லை. கண்ட இடத்தில் கேட்டதையெல்லாம் வாங்கிக் கொடுத்தாள்.

மறுநாள் மதியம் குழந்தை வாந்தி எடுத்தது. பாதி வேலையைப் போட்டபடி விடுதிக்குத் திரும்பினாள். பக்கத்து அறை இறுக மூடி இருந்தது. என்ன செய்வதென்று தெரியாமல், அவளே அருகிலிருந்த மருத்துவமனைக்குத் தூக்கிச் சென்றாள். “இதற்கு முன்னாடி எப்பாவது இப்படி நடந்திருக்கா,” என்று வினவிய மருத்துவருக்கு எதுவும் பதில் சொல்ல முடியவில்லை. “முன்னர் என்னென்ன மருந்துகள் கொடுக்கப்பட்டது என்ற விபரம் தெரியுமா? அதற்குத் தகுந்தாற்போல சிகிச்சை அளிக்க முடியும்,” என்று சொன்னார் மருத்துவர். அதற்கும் அவளிடம் தடுமாறிய பதிலைப் பார்த்து, “என்ன அம்மா நீங்கள்? பொறுப்பே இல்லாமல் இருக்கீங்க. குழந்தைக்குக் கண்டதையும் வாங்கிக் கொடுக்காதீங்க. எந்த மருந்து ஒத்துக்கும் என்ற பேசிஸ் விஷயங்களைக் கண்டிப்பாக நினைவு வைச்சிக்கங்க,” என்றார். பதிலொன்றும் பேசாமல் கொடுத்த மருந்தினை வாங்கிக் குழந்தைக்குக் கொடுத்துவிட்டு விடுதிக்கு வந்தாள். இப்போதும் அடுத்த அறைக்கதவு அடைத்தே இருந்தது. குழந்தைக்குப் பாலைக் கலந்து தந்துவிட்டு மாத்திரைகளைக் கொடுத்தாள். குழந்தை விக்கித் துப்பியது. மாத்திரை மருந்து கொடுக்க ஏதேனும் தனியாகச் சாதனம் வேண்டுமா என்று யோசித்தாள். பின்னர் மருந்தினைக் கரைத்துப் பாலில் கலந்தே கொடுத்தாள். சாயுங்காலம் வரை தூங்கியது குழந்தை. அர்ச்சனாவால் அன்று

மீண்டும் வேலைக்குச் செல்ல முடியவில்லை. அலுவலகத்தில் இருந்து பாஸ் பேசினார். "உடல்நிலை சரியில்லை," என்று சமாளித்தாள். பக்கத்து அறை திறக்கவேயில்லை.

இரவு உணவருந்த வேண்டியே பக்கத்து அறைத் தம்பதியினர் வந்தார்கள். குழந்தை அப்போதும் அவள் மடியிலேயே உறங்கிக் கொண்டிருந்தது. மதியம் நடந்ததைச் சொன்னாள். இருவரும் சற்றும் அதிர்ச்சி அடையவில்லை. மருந்துகளை என்ன ஏதென்று விசாரிக்கவுமில்லை. உணவருந்தச் செல்வதிலே குறியாக இருந்தார்கள். "குழந்தையை அப்படியே படுக்கையில் கிடத்திவிட்டு வாங்க. அறையைப் பூட்டிவிட்டுச் செல்வோம்," என்றார்கள். பெற்ற பிள்ளையின் மீது இவ்வளவு அக்கறை யில்லாமல் இருக்குமா என்று சந்தேகம் எழுந்தது. "அது அவளுக்கு அப்படிதான் அடிக்கடி வரும்; பின்னர் தானா சரியாகிவிடும்," என்றார்கள். ஆனாலும் அவளால் அதை ஏற்றுக்கொள்ள முடியவில்லை. "நீங்கள் எனக்கு பார்சலில் இரண்டு இட்லி வாங்கிட்டு வாங்க போதும்," என்றாள். "உங்களுக்குத் தான் பாவம் ரொம்ப தொந்தரவு," என்று வருத்தப்பட்டுக்கொண்டே அந்தப் பெண்மணி நகர்ந்துபோனாள்.

மறுநாள், வார இறுதி முடிந்து அங்கிருந்து கிளம்ப அந்தத் தம்பதியினர் ஏற்பாடு செய்துகொண்டிருந்தனர். குழந்தையை எடுத்துக்கொண்ட தாய் அவளுக்கு நன்றி சொன்னாள். "இந்தமுறை எங்கள் பயணம் மிக இனிமையாக இருந்தது. நீங்கள் குழந்தையைப் பார்த்துக்கொண்டது மிக உதவியாக இருந்தது," என்று ஆங்கிலத்தில் சொன்னாள். குழந்தையை எப்போதடா கீழே இறக்கிவிடுவோம் என்பது போல் இடுப்பில் வைத்திருந்தாள். கணக்கை முடித்துவிட்டு வெளியே போகும்வரை அவளும் உடன்செல்ல முயற்சி செய்தபோது வேண்டாம் என்று இருவருமே அவசரமாகத் தடுத்தார்கள். ஆண்டி ஆண்டி என்று எட்டிக்கொண்டு வந்த குழந்தையை ஓர் அடி வைத்தாள் அவள். ரிசப்ஷனிலிருந்து கிளம்பியபோது அவன் அவளுக்கு ஏதோ கவரில் தந்தான். பின்னர் இருவரும் வந்த வாகனத்தில் ஏறிப் போனார்கள். கொஞ்ச தூரத்தில் வாகனம் நிற்பது தெரிந்தது. வாகனத்திலிருந்து யாரோ இறங்கியதுபோல தெரிந்தது. அவளால் சரியாகப் பார்க்க முடியவில்லை.

பலநாட்கள் தங்க நேரிடும் பயணங்களில் உணவு தயாரிக்கும் வசதியோடு கூடிய அறையையே அலுவலகம் முன்பதிவு செய்து கொடுக்கும்; இருந்தாலும் உணவினைப் பற்றிய பிரக்ஞை தோன்றுவதில்லை. உண்ணும் ஆர்வமும் இருப்பதில்லை. அவளே சமையல் செய்ய நேர்ந்தால், வீட்டில் சமைக்கும்

போது ஆகும் நேரத்தைவிட அதிக நேரமாய் ஆகிறது. சமைத்து முடிக்கும் முன்னரே பசியடங்கிப் போகிறது. ஹோட்டலில் தொடர்ந்து மூன்று வேளையும் சாப்பிட்டால் வயிறு தகராறு செய்ய ஆரம்பித்துவிடுகிறது. இதனால் எப்போதும் பழங்களை வாங்கிச் சாப்பிட்டுக் காலத்தைக் கழித்து வருவாள்.

அடுத்த நாள் பழங்களை வாங்கி வரும்போது, "நீங்கள் தமிழா," என்று ஒரு குரல் கேட்க திரும்பிப் பார்த்துவிட்டு ஆமென்பது போல தலையசைத்தாள். "உங்கள் சமையலறையில் உணவாக்கும் வாசனை எதுவும் புலப்படுவதில்லையே, உணவு சமைக்க சோம்பேறித்தனமென்றால் என் அறைக்கு வாருங்கள்; நான் சமைத்து வைத்திருக்கிறேன்," என்றான். "இல்லை, வேண்டாம் நன்றி," என்று சொல்லிவிட்டு விடுவிடுவென்று நடந்து சென்றவளின் உருவம் மட்டும் அவனுடன் சென்றது. அவன் அறையில் அளவளாவியது; சாப்பிட்டது; விக்கியபோது தலைத்தட்ட உயர்ந்த கை உரசியது; காதலுற்றது; கசிந்துருகியது; கணவர் மேலிருக்கும் அன்பால் இப்படிப் பரபுருசனுடன் உறவு கொண்டதற்கு வருந்தியது. இத்தனை கற்பனைகளையும் செய்துகொண்டிருப்பதற்குப் பதில் அவன் அறைக்கே சென்றிருக்கலாம் என்று நினைத்தாள். மறுநாள், "நேற்று முழுவதும் உறங்கவில்லை போலிருக்கே," என்றதும், அவள், "உங்கள் வேலை ஏதேனுமிருக்கிறதா அல்லது என்னுடைய அறையின் சுண்ணாம்பை முகர்வது மட்டுமே தானா?" என்று ஆங்கிலத்தில் படுவேகமாகச் சொன்னாள். அவ்வளவு ஆவேசத்தை எதிர்பார்த்திருக்கமாட்டான்; முகம் சுண்டிப் போனான். அவ்வளவு கோபப்பட்டிருக்க வேண்டாமோ என்று ஒரு குரல் கேட்டாலும், அந்த நேரத்தில் அவனிடமிருந்து தப்பிக்க ஒருவழி ஏற்பட்டதே என்று தோன்றியது. மேலும் அவனுக்கு எத்தனை துணிச்சலிருந்தால் இரவெல்லாம் தன்னைத்தான் நினைத்துக்கொண்டிருந்தாளோ என்ற தொனியில் என்னிடம் எப்படிப் பேசலாம் என்று கோபமும் வந்தது.

அதன் பின்னர் அவனை எங்கே அவள் கடக்க நேர்ந்தாலும், அவன் இறுக்கமாகச் சென்றால் இவள் புன்னகைக்கு முயற்சி செய்வாள். அவன் கண்டு கொள்ளாமல் கடந்துபோனால் கொஞ்ச நேரம் அந்தக் கடுமை அவளைச் சுற்றி வந்தது. அன்று இருவரும் ஒரே பேருந்தில் பயணம் செய்ய நேர்ந்தது. கைநிறையச் சுமையுடன் வந்தாள்; அவன் வாங்கிக்கொண்டான். விரல் உரசியதை அவன் பொருட்படுத்தியதாகத் தெரியவில்லை. ஒருவேளை வேண்டுமென்றே செய்தானோ என்று இவள் நினைத்தாள். விடுதியில் இறங்கியதும் நன்றி என்றாள் அவன்

ஒன்றுமே பேசாது போய்விட்டான். மீண்டுமொருமுறை பேசிப்பார்க்கவேண்டும் என்று நினைத்தாள்.

மறுநாள் சாயுங்காலம் அவன் அறைக்கதவினைத் தட்டி, "நீங்க மில்க் வாங்கிட்டு வந்தீங்களா? என்னுடைய அறையில் ப்ரிட்ஜ் வேலை செய்யல. இங்கே வைக்கவா," என்றாள். ஒன்றுமே பேசாது வாங்கிவைத்துவிட்டு, "வேறென்ன," என்பதுபோலப் பார்த்தான். அர்ச்சனா பேசாமல் வந்துவிட்டாள். அவன் பார்வை பின்னாலிருந்து இவளை முழுக்கத் தின்பதுபோலப் பட்டது. திரும்பிப் பார்த்தாள்; அவன் கதவை அடைத்துக்கொண்டு உள்ளே சென்றிருந்தான்.

இரவு பசிப்பது போலிருந்தது, உண்ண ஒன்றுமில்லை. பாலையும் அவனின் அறையில் வைத்திருந்தாள். பழங்கள் எதுவும் இருக்கின்றனவா என்று பாத்திரங்களையும் பிற டப்பாக்களையும் உருட்டிக்கொண்டிருந்தாள். அறைக்கதவு தட்டப்பட்டது. "நான்தான் திறவுங்கள்." திறந்தபோது, கையில் பாலுடன் அவன் நின்றிருந்தான். அறைக்கதவை முழுதாய்த் திறந்து, "வாருங்கள்," என்று பாலை வாங்கிப் பருகிவிட்டு, "அப்பாடா இப்போதான் நிம்மதியாக இருக்கிறது," என்றாள். அவன் புன்னகை செய்தான். "காலை சந்திப்போம்," என்று சொல்லிவிட்டுச் சென்றதும் அவள் கதவை அடைத்தாள். சுகமான நினைவுகளோடு உறங்கிப் போனாள்.

மறுநாள் இவளுக்குக் காய்ச்சல் கண்டிருந்தது. மெல்ல முனகிக்கொண்டே படுத்திருந்தாள். படுக்கையை விட்டு எழுந்திருக்கக் கூட இல்லை. கதவு தட்டப்பட்டபோது திறக்கக் கூடத் திராணியற்றுக் கிடந்தாள். மேனேஜரிடம் மாஸ்டர் கீ வாங்கி வந்து கஞ்சி, மாத்திரைகளைக் கட்டிலருகே வைத்துவிட்டு மௌனமாகத் திரும்பிப் போகப் பார்த்தான்; கைகளைப் பிடித்துக்கொண்டாள். "என்ன," என்பதுபோல பார்த்தான். "மன்னியுங்கள்; உங்களுக்கு அலுவல் இல்லையென்றால் என்னருகேயே இருக்க முடியுமா," என்றாள். அவள் முன் நெற்றியின் முடியினை ஒதுக்கிவிட்டு, தோளினைத் தடவிக் கொடுத்து, "வேலையிருக்கு; போயிட்டுச் சீக்கிரம் வந்துடறேன். கவனமாகப் பார்த்துக்கோங்க," என்றான்.

○

பேருந்து அங்கேயே நின்றுகொண்டிருந்தது. அவளுக்குப் பொழுது நகராது இருப்பது போல தோன்றியது. அப்படியே எவ்வளவு நேரம் இருப்பது? இங்கிருந்து மலைநகரம் போகும் முன் மினிபஸ் போய்விட்டால், டவுனுக்கு எப்படிப் போவது? அப்போது

பார்த்தால் முன் இருக்கையில் தேநீர்க் கடையில் பார்த்த சிறுவன் இருந்தான். "அக்கா ஏன்க்கா என்ன விட்டுப் போனீங்க? அந்தக் கடைக்காரன் இன்னும் என்னை அடித்தான்," என்று முதுகைக் காட்டினான் அது மிகவும் அதிகமாகப் பழுத்துப் போயிருந்தது. பார்க்கப் பயந்து முகம் திரும்பியவள், பக்கவாட்டு இருக்கையில் இளம் தம்பதியினர் அந்தப் பெண் குழந்தையோடு இருப்பதைப் பார்த்தாள். "இவர் என் கணவர் தான், அந்தப் பெண்தான் என் குழந்தையில்லை," என்றாள் அந்த இளம் பெண். "காய்ச்சல் போயிடுச்சா," என்று கேட்டான் பக்கத்து அறையில் இருந்த நண்பன். "தீதி மேர பதி மர்கையா," என்று பக்கத்தறைப் பெண் முக்காட்டைச் சரிசெய்தபடி சொன்னாள். தலையைச் சிலிர்த்து மீண்டும் பார்த்தாள். "சே, அவங்க யாரும் இனி என் வாழ்க்கையில வர மாட்டாங்க," என்று கொஞ்சம் சத்தமாகவே சொன்னாள். அடுத்தடுத்த இருக்கையில் அமர்ந்திருந்த இளைஞர்கள் இவளை ஒருவிதமாய்ப் பார்த்தனர். பஸ்ஸிலிருந்து இறங்கி நடக்கத் தொடங்கிய அர்ச்சனாவின் காலணி இடறியது. அவளால் நடக்க முடியவில்லை. நடக்கத் தொடங்கியபோதே, "அதிக தூரம் போகாதீங்க; பஸ் கௌம்பிடும்," என்றார். "இங்கே பக்கத்துல எங்காவது செருப்புத் தைப்பாங்களா? இதை மட்டும் தைச்சிட்டு வந்துடறேன்," என்றாள். "செருப்புத் தைக்கிறவர் இன்னும் இரண்டு கிலோ மீட்டர் தொலைவில இருப்பார்; தினம் நம்ம பஸ்ஸிலதான் வருவார். நாம லேட். இன்னிக்கிப் போயிட்டாரோ என்னவோ? இங்கே இருங்க. அவர் வந்தா கேட்டுப் பார்க்கலாம்." "சரி," என்று பஸ்ஸில் மீண்டும் ஏறி அமர்ந்தாள். பக்கத்து இருக்கைகளில் இருந்த இளைஞர்கள் எல்லாரும் எழுந்து இவள் இருக்கை அருகே வருவது போலிருந்தது. அவள் நடுக்கமாய் உணர்ந்தபோது, பேருந்து குலுங்கி நகரத் தொடங்கியது. இரண்டு கிலோ மீட்டர் போனதும், "இன்னிக்கி ஏன் லேட்? நான் எப்படி டவுனுக்குப் போவேன்," என்று கேட்டுக்கொண்டே ஒரு முதியவர் ஏறினார். மலைநகரம் அடைந்ததும் அவள் நினைத்ததுபோலவே டவுனுக்குப் போகும் மினிப் பேருந்து போயிருந்தது. அவள் போக வேண்டிய இடத்திற்கு எப்படிப் போவது? "ஏதேனும் வாடகை வண்டி கிடைக்குமென்றால் ஏற்பாடு செய்து உதவுங்கள்," என்று உடன் இறங்கிய காலணி தைக்கும் தொழிலாளியிடம் சொன்னாள். அவர் அவள் அருகே வந்து, "நான் அங்கேதான் போகணும்; உன்னை அங்கே விட்டுர்றேன்; குறுக்கால நடந்தா எட்டு பர்லாங் தூரம்தான். இருபது நிமிசத்துல போயிரலாம். பயப்பட ஒன்னுமில்ல," என்றார். அவள் தயங்கியபடி, "என்னால நடக்க முடியாது. செருப்பு பிஞ்சிப் போயி இருக்கு," என்றதும், "இருட்டிருச்சி; எங்க குலசாமிக்குக் கொடுத்த வாக்குப்படி செருப்புல ஊசி வைக்கக் கூடாது, பிசின்கூட இல்ல; இருந்தா

லாவண்யா சுந்தரராஜன்

ஒட்டிரலாம்” என்று சொன்னபடி வேறு ஒரு ஜோடி செருப்பைக் கொடுத்தார். கிழிந்த செருப்பைக் கையோடு எடுத்துக்கொண்டு மீண்டும் தயங்கி நின்றவளைப் பார்த்து, “நூத்தம்பது ரூபாய் கொடு,” என்று சொன்னார். பின்னாலேயே பேருந்திலிருந்த இளைஞர்கள் தொடர்வது போலிருந்தது. திரும்பிப் பார்த்தாள்; “மனப்பிரம்மை,” என்றாள். “என்ன சொன்ன,” என்று கேட்ட அந்த செருப்புத் தைப்பவரிடம், “ஒன்னுமில்ல, நூத்தம்பது ரூவா இந்தப் பழைய செருப்புக்கா, கிழிஞ்ச செருப்ப ரிப்பேர் பண்ணி நீங்களே வித்துக்கோங்க; ஐம்பது ரூவா வேணும்மா தர்றேன்” என்றாள். “பொறந்த ஊர் எது,” என்று கேட்டார் பெரியவர். “திருச்சி,” என்றதும், “இந்த திருச்சிகாரன்ங்களே இப்படிதான்” என்றார். அவள் சிரித்துவிட்டாள். “டவுனுக்குப் போகணும்னா சட்டுன்னு நடந்து வா, அங்கே போய் இந்தச் செருப்ப என்கிட்டயே கொடுத்துரு,” என்றார். காலையிலே அவ்வளவு பிரச்சனையைக் கிளப்பியதால் இப்படியெல்லாம் நடக்கிறது என்று விஜயன்மீது கோபம் வந்தது. மீண்டும் தயங்கி யோசித்தவளை, “அம்மா எல்லா நேரத்துலையும் ஒரே மாதிரி இருக்கக் கூடாது. யார் மேலயும் நம்பிக்க இல்லாம இருக்கக் கூடாது. குல சாமிய குப்பிட்டுக்கிட்டு வா போயிரலாம்,” என்றார். முனிசாமியிடம் மானசீகமா வேண்டிக்கொண்டு, “சரி தாத்தா,” போகலாம் என்றாள். “யாரப் பார்த்து தாத்தான்ன, எனக்கு இன்னும் பிள்ளகூடப் பொறக்கல,” என்றதும் மீண்டும் சிரித்தாள். இறுக்கம் குறைந்து அவருடன் மெதுவாக நடக்கத் தொடங்கினாள்.

***மலைகள்.காம்,* பிப்ரவரி 2016**

செண்பா சித்தி

"வீட்ட அலங்கோலம் பண்ணி வைச்சி இருக்கான், ஹாலுக்குள்ள ஷு கிடக்கு. எத்தனை டைம் சொல்றது ஷு போட்டு வீட்டுக்குள்ள வராதேன்னு!"

இப்போதான் கொஞ்சநேரம் முன்ன முழிப்பு தட்டுச்சி. எழுந்திரிக்க மனசு இல்ல. ஆனா காலங்காத்தால சித்தியோட ராமாயணம். தினமும் ஏதாவது சொல்லிட்டே இருக்கா. இன்னிக்கி சரியா குடுக்கறதுல என் பக்கமே திரும்பக்கூடாது.

"எழுந்திருச்சி வர நேரத்தப் பாரு. முகத்தப் பாருங்கம்மா, காட்டான் மாறி தாடி வளர்ந்து கிடக்கு. நம்ம குடும்பத்துல இப்படியா?"

"விடு செண்பும்மா. நேத்து லேட்டாதான் வந்தான். காலைலயே அவனைத் திட்டாத."

"நைட் எல்லாம் ஓயாம சிகரெட் வேற. என் பெட் ரூம் வர நாறுது."

"..."

"இப்படி நீங்க குடுக்கிற செல்லம் தான்ம்மா. பேரன்னா இவ்வளவு இடம் கொடுக்கணுமா?"

"சைய். காலங்காத்தாலே, சும்மா நாய்போல குலைச்சிக்கிட்டு. உங்களப் பாக்கவே பிடிக்கல, நீங்களும் உங்க மூஞ்சியும்," என்றபோது செண்பா சித்தியின் முகம் மிகவும் சுருங்கிப்போனது. பதிலெதுவும் சொல்லாமல் தோல்பையையும், மதிய சோற்று டப்பா பையையும் எடுத்துக்கொண்டு

நகர்ந்தாள். அவள் மாடிப் படியிறங்கிப் போனபோது செருப்புச் சத்தம் பதற்றமாய்க் கேட்டது. அவள் போன பின்னும் ஆத்திரம் அடங்கவில்லை. கையில் கிடைத்த புத்தகத்தைத் தூக்கி எறிந்தேன்.

"ஏன்டா இப்படித் தீயள்ளி கொட்ற அவ மேல? அங்கே வேல கிடைக்கல. குடும்பத்தைவிட்டு இவ்வளவு தூரம் வந்து இருக்கா, பொண்ணு, புருஷன் தனியா கஷ்டப்படறாங்கன்னு கவலை."

"அவங்க குடும்பக் கவலைன்னா என்ன? ஏதாவது நோண்டிட்டே இருக்கனுமா? நான் அவங்க வீட்டுல இருக்கறபோதும் இப்படிதான். ஆபீஸ் டென்சன் எல்லாம் என்மேல காட்டுவாங்க. இதுக்குதான் இங்க வர வேண்டாம்ன்னு நினைச்சேன்."

"உன் நல்லதுக்குத்தானே சொல்றா. சிகரெட் அதிகம் பிடிச்சா உடம்பு கெடும்ன்னு சொல்றா."

"ஆமா ரொம்ம்பதான் அக்கறை. நைட் தூக்கம் கெடுதுன்னு குத்தி காட்டாறாங்க."

"அப்படியில்ல."

"நீங்க கூட அவங்களுக்காகத்தானே இங்கே வந்து இருக்கீங்க, எனக்குன்னா வருவீங்களா? யாருக்கும் என் மேல பாசமில்ல. சுயநலம் பிடிச்சவங்க."

"எனக்குத் தேவை. அக்கடான்னு கிராமத்துல இருந்தா இந்த ரோதனை எல்லாம் எனக்கு எதுக்கு."

"ஆமா எல்லோருக்கும் என்னாலதான் ரோதன" எட்டி உதைத்ததில் முக்காலி சுவரில் மோதிச் சத்தமெழுப்பித் தனது இயலாமையைக் காட்டியது.

விடுவிடுவென்று குளியலறைப் பக்கம் நடந்தேன். முகத்தில் தண்ணீரை அள்ளி அறைந்துகொண்டேன். இந்நேரம் திருவான்மியூர் பறக்கும் ரயில் நிலையம் பின்புறமிருக்கும் பக்கிங்ஹாம் சாக்கடையைத் தாண்டி செண்பா சித்தி போய்க்கொண்டிருப்பாள். இப்போதெல்லாம் அந்தச் சாக்கடையில் ஓடும் நீரின் நாற்றம் முகரும்போது சித்தியின் நினைவே வருகிறது. அவள் குணம் மாறிச் சாக்கடையாகிவிட்டது. அவளால் பைகளில் சுமையும் சோற்றுச் சுமையும் எடுத்துக்கொண்டு வேகமாக நடக்க முடியாது. அவள் வேலைக்குச் சேர்ந்த புதிதிலிருந்து கொஞ்ச நாள் அலுவலகம்வரை கொண்டு விட்டுக்கொண்டுதான் இருந்தேன். அவங்க அலுவலகத்துக்குச் சரியான நேரத்துக்குப் போக வேண்டும். ஐந்து நிமிடம் தாமதமென்றாலும் விடுப்பு விழுந்துவிடும்.

கொண்டு விடலாம் பாவம் என்று நினைத்தாலும், சித்தி கண் முன்னால் வந்தாலே ஏதோ தலைக்குள் ஏறிக் கொள்கிறது. இப்போதெல்லாம் எதற்கெடுத்தாலும் பிரச்சனை. மூச்சிறைக்க நடக்கட்டும். முன்பெல்லாம் சித்தி அம்மாவைப் போலவே அன்பாக இருப்பாள். ஆனால் இப்போது இங்கே வசிப்பவள் என் செண்பா சித்தியில்லை. ஒருவேளை சித்தி சொல்வது போல் நான்தான் அடங்காம ஆணவத்தோடு இருக்கேனா? அவங்க பொண்ணுகிட்ட மட்டும் கொஞ்சிக் கொஞ்சிப் பேச வேண்டியது. எனக்கு செண்பா சித்தியைப் பிடிக்கவில்லை. பக்கிங்ஹாம் கால்வாயின் நாற்றம் நாசியில் ஏறியது.

தண்ணீரைத் திறந்துவிட்டு ஜன்னலின் வழியே வெளியே பார்த்தேன், பின்பக்கம் தெரு நன்றாகத் தெரிந்தது. பணக்காரத் தோரணையோடு இருக்கும் இந்திராநகர் தெருவுக்கும் பக்கிங்ஹாம் கால்வாயை ஒட்டியிருக்கும் அந்தக் குடிசை வீடுகளுள்ள நீண்ட தெருவுக்கும் செல்லும் வழியை அடைத்துத்தான் நாங்கள் குடியிருக்கும் வீடு இருக்கிறது. அந்தத் தெருவின் ஏதோ ஒரு வீட்டில் திருமண விழாவுக்குக் கட்டப்பட்டிருந்த ஒலிபெருக்கி இருநூறு டெசிபெல் சத்தத்தைப் பரப்பிக்கொண்டிருந்தது. அந்தத் தெருவில் ஒலிபெருக்கிகள் அலறாத நாட்களே குறைவுதான். ஜன்னலின் வழியே தெரிந்த அந்தச் சின்ன வீட்டில், தண்ணீர் நிறைத்துவைத்திருந்த பெரிய உருளைக் குடுவையிலிருந்து, இளவயது பெண் ஒருத்தி அருகிலிருந்த சிறுபையன்மீது நீரை அள்ளித் தெளித்தாள். என் சிறுவயதில் நான் பார்த்த செண்பா சித்தியைப் போலிருந்தாள் அவள். முகமெங்கும் நீர்த்துளிகள் விழ சிலிர்த்தது அந்தச் சிறுவன் மேனி. மல்லிகைப் பூவை முகர்ந்ததுபோல மலர்ந்தது அவன் முகம்; செல்லமாய்ச் சிணுங்கினான். அப்போது அவள் அந்தச் சிறுவனின் இடுப்பைக் கிள்ளினாள்; அவன் நெளிந்தான். அவனை இழுத்து மார்போடு அணைத்து முகத்தை அழுத்தித் துடைத்துவிட்டாள். அந்தச் சிறுவன் முகம் ஏதோ வானத்திலிருந்து இறங்கி வந்த தேவதையுடன் திரிவது போல மயக்கத்தில் இருந்தது. நடைகூடக் கொஞ்சம் மிதந்த வண்ணமே இருந்தது. சிறுவயதில் சித்தியுடன் நானும் அப்படித்தானே இருந்தேன். சித்திகூட இப்படித்தான் குளிப்பாட்டித் தலை துவட்டிவிடுவாங்க. டிசம்பர் மாசம் அவள் எங்கள் வீட்டுக்கு வந்துவிட்டால் போதும். புயல் மழையும் சித்தியும் சேர்ந்து பள்ளி விடுமுறையைக் கொண்டாட்டமாக்கிவிடும். “எங்க செண்பகாக்குத் தெரியாத விஷயமே இல்லடா.” இப்படி யாரிடமாவது சொல்லாத நாள் இருக்குமா அந்தக் காலத்தில்? அதெல்லாம் கனவா? அப்ப அவங்க பேசின எல்லா விஷயமும் சுவாரசியமா இருக்கும்.

ஆனா இப்போ அதுபோல எதுவும் இல்லை. பேச்சில் என்ன சமையல் செய்யலாம், துணிமணி எங்க வாங்கணும், தைக்கணும், எவ்வளவு பவுன் சேர்க்கலாம், எங்க இடம் வாங்கிப் போடலாம், இப்படிதான் இருக்கு. சுயநலம் பணத்தாசை இப்போ.

நேத்து சென்ட்ரல் மால் போனபோது அந்தக் கட்டடத்தின் முகப்பிலிருந்த முத்திரையைப் பார்த்ததும் பாலு மாமா சிங்கப்பூர் போனப்ப வாங்கிட்டு வந்த ரொல்லிங் பால் மேஸ் கேம் நினைவுக்கு வந்தது. சிறுவயதில் எனக்கு அந்தச் சிறுபொறி எத்தனை சவால் விட்டிருக்கிறது. கிட்டத்தட்ட நூறு முறையாவது நான் அந்தக் குண்டுகளைப் போட முயற்சிபண்ணி முடியாம சோர்ந்திருப்பேன். சின்னஞ்சிறிய உலோகக் குண்டுதான். ஆனால் சிறு அளவிலான பிசாசுகள்போல கனவில் விரட்டின. மூர்த்தியண்ணா உள்பட எங்க காலனில யாராலையுமே போட முடியல. சித்தி ஊரிலிருந்து வந்த பத்தாவது நிமிசத்தில எல்லாக் குண்டையும் உள் அடைப்பில் போட்டுட்டாங்க; அவ்வளவு பெருமையா இருந்தது. அய் அக்கா எப்படிக்கா போட்டிங்கன்னா சும்ம மிதப்பா ‘இது என்ன பெரிய மேட்டர்ன்னு’ மறுபடி போட்டுக் காட்டினாங்க. அப்பறமும் எனக்குப் போட வர்லன்னுதான் நினைக்கிறேன். அப்பெல்லாம் சித்திமேல ஏதோ நல்ல வாசனை வரும். கேட்டா ஃபேர் அன் லவ்லி வாசனைன்னு சொல்லுவாங்க. சித்தி நிறையக் கதை சொல்லும். அவங்க சொல்ற கதையில் வரும் யானை பறக்கும்; தவளை சிரிக்கும்; பேய், பிசாசு கூட ஜோக் சொல்லும். ரௌடி கதைன்னா அவன் சும்மா சின்ன கல் தடுக்கித் தெருல விழுந்து நெத்தி ஆகாயம்வரை வீங்கிக்கும். சித்தி கதையக் கேட்கவே ஒரு கூட்டம் சேர்ந்திடும். எல்லாருக்கும் சிரிச்சி வயிறே வலிக்கும். அப்பெல்லாம் எங்க பசங்ககிட்ட எனக்கு ரொம்ப மரியாதை உண்டு. சித்தி வீட்டுக்கு வந்திருக்கும்போது நிறைய நேரம் அவங்ககூட இருப்பேன். அவங்ககூட இல்லாத எல்லா நேரமும் என் நண்பர்களிடமும் மூர்த்தி அண்ணாகிட்டயும் சித்தியைப் பத்திப் பேசிட்டே இருப்பேன்.

“அப்ப உங்க செண்பக்காதான் உன் ஹீரோவா?”

“செண்பக்காவ ஹீரோயின்னுதானே சொல்லணும்.”

“அவ உனக்கு ஹீரோயின் ஆக முடியாது.”

செண்பா சித்தியைப் பற்றி எப்போதும் முகர்ந்து கொண்டிருக்கும் பக்கத்து வீட்டு மூஞ்சூறு சிவா அண்ணா சொன்னது அப்போது எனக்குப் புரியாமல் இருந்தது. ‘நம்ம தனா சித்தி சிலையாட்டமிருக்கா, அழகின்னு எங்க

மாமா சொன்னார்ன்னு' சிவாண்ணா தம்பி எங்க வகுப்புத் தோழர்களிடம் சொன்ன போது சிவாண்ணா, அவன் தம்பி, அவங்க மாமா யாரையும் எனக்குப் பிடிக்கல. எங்கேயோ சித்தியும் நானும் வெளில போகும்போது சிவாண்ணா விசில் அடிச்சான். 'கருங்குரங்கு அந்தப் பக்கமே பார்க்காதே' என்று சொன்ன சமயம் சித்தியை ரொம்பப் பிடித்தது. அப்பெல்லாம் நான் என்ன நினைக்கிறேனோ அதேதான் சித்தியும் நினைப்பாங்க. ஆனால் இப்ப சித்தி நடந்துக்கிறது பேசறது எதுவுமே பிடிக்கிறது இல்லை. சென்னைக்கு வேலைக்கு வந்த பின்னர் ஜீன்ஸ், டி சார்ட் போட்டுக்கொண்டு வேறுவிதமாய்த் திரிகிறாள். சில சுடிதார் டாப்ஸில் முன்பக்க இறக்கம் பார்க்க அருவருப்பா இருக்கு. கேட்டா, தையல்காரன் அப்படி வடிவம் வச்சி தைச்சிட்டான்னு அசால்ட்டா சொல்றா. நான் சின்ன வயசில இருக்கும்போது தீபாவளி சமயம் வீட்டுக்கு வரும்போது நான் பார்த்த செண்பா சித்தி தாவணிதான் போட்டிருப்பாங்க. அவங்க நடையும் உடையும் பார்க்க அம்மா கார்த்திகை தீபம் அன்னிக்கி ஏத்தும் அகல் விளக்கு சுடர் போல அவ்வளவு பதுவுசா இருக்கும். தினமும் மல்லிகைப் பூ தலை நிறைய வைச்சி இருப்பாங்க. சித்தி வந்தாலே தினம் ஒன்றர முழம் மல்லிகையை அதிகம் தரச் சொல்லிப் பூக்காரியிடம் சொல்லிடுவாங்க அம்மா. திருமணம் முடிந்துபோன பின்னர் முதலில் சுடிதார் போட்டவள் இப்போது இப்படி நவீன வேஷமும் ஒட்டுப் பொட்டுமாக இருப்பது பழைய செண்பா சித்தி இல்ல. அம்மா சாகும்வரை புடவை உடுத்தி, நடு நெற்றியில் சிறுவட்டமாக அரக்குக் கலர் குங்குமம் வைச்சி இருந்தாங்க.

இந்த வீடே சித்தியைப் போல இருக்குறதாக எனக்குத் தோணுது. வாடகை கொஞ்சம் குறைவென்று ஒரே காரணத்துக் காகத் தெருக்குத்து வீடான இந்த வீட்டைப் பார்த்திருந்தாள் சித்தி. அதனால் எனக்கு இந்த வீட்டுக்கு வந்ததிலிருந்து தூக்கம் வரதில்ல. பக்கிங்ஹாம் கால்வாய்க்குப் பக்கத்துல இருக்கறதால இரவில் பேய்க் கூட்டம் போல் சுற்றும் பெரிய கொசுக்கள் வேறு தாள முடியாத சிக்கல். சித்திக்கு இங்கே வேலை செய்ய வேண்டி வந்தபோது, சரி சேர்ந்து இருந்தா வாடகை இதர செலவுகள் எல்லாம் சரி பாதியா பிரியும் எங்கேயோ பேயிங்க் கெஸ்டில அனாதயாட்டம் திரியறதுக்குப் பதில் குடும்பம்போல இருக்கலாம்ன்னு நினைத்தது எவ்வளவு பெரிய தவறுன்னு இப்ப புரியுது. இவங்க இந்த அளவு கஞ்சத்தனமா இருப்பாங்கன்னு அப்ப தெரியாது. அம்மாவும் சிக்கனம்தான், ஆனா சாமி விவகாரத்தில் கணக்குப் பார்க்க மாட்டாங்க. போனவாரம் விநாயகர் சதுர்த்திக்கு வீட்டுக்குப் பின்னாடி தெருவிலேயே

மண்ணுபிள்ளையார் செய்து வித்துட்டு இருந்தாங்க. அந்தத் தெருவே எந்தத் திருவிழான்னாலும் ஓவர் கொண்டாட்டம்தான். பாட்டும் பறையும் ஒரே கோலாகலமா இருந்தது. நான் பிறந்தது விநாயகர் சதுர்த்தின்னு சொல்லி அம்மா விநாயகர் சதுர்த்திய எப்போதுமே நல்லா கொண்டாடுவாங்க. அம்மா சதுர்த்திக்கு எப்பவுமே இரண்டு பிள்ளையார் வாங்குவாங்க. ஒன்னை வீட்டுலயே வைச்சிட்டு இன்னொன்னதான் தண்ணியில கரைப்பாங்க. அந்த நினைப்பில இரண்டு பிள்ளையார் வாங்கிட்டு வந்தேன். கூடவே குடை, அருகம்புல், எருக்கம் பூமாலையெல்லாம் இரண்டிரண்டு வாங்கினேன். எதுக்கு இரண்டு பிள்ளையார்ன்னு சண்ட. இப்பதானே வாங்கிட்டு வந்த, போய்த் திரும்பக் குடுன்னு சொல்லிப் பிடிவாதம். எனக்கு சதுர்த்தி கொண்டாடற மனசே இல்லாம சந்தோஷமெல்லாம் போயிடுச்சி. வாங்கின பிள்ளையாரைப் போய் எப்படித் திரும்பத் தர்றது. வெளியில் போய்ப் பின்னாடி தெருவில் இருந்த ஒரு சின்ன பையன்கிட்ட நீ இதை வித்துக்கோன்னு சொல்லிக் கொடுத்துட்டு வந்துட்டேன். விநாயகர் சதுர்த்தின்னா அம்மா செய்யும் சக்கரையும் தேங்காயும் பூரணம் வைச்ச கொழுக்கட்டை ரொம்பப் பிடிக்கும். வெல்லம் போட்டது பிடிக்காது. ஏற்கெனவே சித்திக்கு அது தெரியும்; இருந்தாலும் சித்தி வெல்லமும் தேங்காயும் போட்ட கொழுக்கட்டை செய்து அதிலும் என்னைக் கடுப்பேத்திட்டாங்க. பிரசாதம்ன்னு சொல்லிக் கொடுத்துச் சாப்பிட்டே ஆகும்படி ஆச்சு. பிறந்த நாள் அதுவும் அவ்வளவு வருத்தமா போச்சு. ஆனா அதுக்கு அப்பறம் பூசைக்கு மணிய கைல குடுத்து, இந்த வீட்டு வாசல்ல செவுத்தோட இருக்கும் தெருக்குத்துப் பிள்ளையார்க்குப் பூஜை பண்ண கொழுக்கட்டையும் சுண்டலும் எடுத்துக்கொண்டு அவங்க முன்னாடி போனபோது, அவங்க பின்னாடியே நான் போனேன். சித்தி கட்டியிருந்த புடவை, நான் அடித்த மணி சத்தம் எல்லாம் அம்மா பின்னாடி போறமாதிரிதான் இருந்தது ஆனாலும்.

வெளியில் சின்னதாக தூறல் ஆரம்பித்தது. இப்படி ஒருநாள் சாயுங்காலம், மெல்லிசா மழை விழுந்து ஓய்ஞ்ச நேரம் சித்தியும் நானும் இந்திரா நகர்ல இருந்து நடந்தே மத்திய கைலாஷ் கோவிலுக்குப் போனோம். சித்தி அப்பதான் சென்னைக்கு வேலைக்குச் சேர்ந்த புதுசு. டைடல் பார்க் முன்ன இருந்த அந்தப் பளீர் சாலையில் என்னென்னவோ பேசிட்டே நடந்தோம்.

“சிங்கப்பூர்போல இருக்குல, ரோடெல்லாம்.”

“சிங்கப்பூர் எப்போ கண்ணு போனீங்க?”

“மொக்க போடாதீங்கக்கா. எவ்வளவு படத்தில பார்த்திருக்கிறோம்.”

சற்றுத் தொலைவிலிருந்தே மத்திய கைலாஷ் கோவில் கோபுரங்கள் தெரிய ஆரம்பித்தபோது கன்னத்தில் போட்டுக் கொண்டாள் சித்தி. கோவில் அருகே கையை மாற்றி மாற்றி முழம் போட்டுக்கொண்டிருந்தாள் அந்தப் பூக்காரி. சம்பங்கி, மரிக்கொழுந்தின் வாசனை ஆளை அசத்தியது. பூ வாங்க நகர்ந்தாள் சித்தி. “அட சேகர் எப்ப வந்த?” கையை உயர்த்தி ஹை–பை அடித்தபோது ஓரக்கண்ணால் சித்தியைப் பார்த்து வழிய ஆரம்பித்தான் சேகர். சூழல் புரியாமல் நின்று நிதானமாய்ப் பூ வாங்கினாள் சித்தி. எனக்கு எப்போதுடா சேகர் அங்கிருந்து நகர்வான் என்றிருந்தது. அவனோ கூட நடந்துவரத் தொடங்கினான். ‘தனா உன் பிரண்டா, ஹாய் எப்படி இருக்கீங்க,’ என்று ஆரம்பித்து என்னிடம் பேசுவதுபோலவே பேசிக்கொண்டே வந்தாள் சித்தி. அவள் சொல்லும் மொக்கை ஜோக்குக்குச் சத்தம் போட்டுச் சிரித்தான். சிவன் அருகே சென்றவுடன் பேசுவதை நிறுத்திவிட்டுத் திருவாசகம் சொல்லத் தொடங்கினாள். ஒவ்வொரு பிரகாரத்தின் முன்னும் அவள் விழுந்து கும்பிடுவதை வெறித்துப் பார்த்துக்கொண்டே இருந்தான். ‘செண்பாக்கா வா சீக்கிரம் போகலாம்’ன்னு அவங்க காதுக்கு மட்டும் கேட்கறாப்பல சொல்றேன். அப்பவும் ‘இருடா இருடா’ன்னு அசைஞ்சி நிமித்தி வந்துட்டிருந்தா சித்தி. அடுத்தநாள், ‘ஏய் உனக்கு ஒரு தங்கச்சி இருக்கான்னு சொல்லவே இல்லை’ என்று சேகர் சொன்னப்ப ‘அவங்க என் சித்திடா. அவங்க பொண்ணுக்கே பதினாலு வயசு. அவளே இவங்க அளவு வளர்ந்துட்டா. வேலைக்காக இங்க டெம்பிரவரியா வந்திருக்காங்க’ என்று சொன்னதும் வாய் பிளந்து அதிர்ச்சி ஆகிப் போனான். ‘நீ மாமா மாதிரி இருக்க. ஆனா பதினாலு வயசுப் பொண்ணு இருக்குற உங்க சித்தி இன்னும் சிக்குன்னு இருக்காங்க’ன்னு ஆபாசமா சொன்னான். சித்தி கொஞ்சம் சின்னவயது போல தெரியறது உண்மைதான். அம்மா போல புடவை கட்டினா இப்படிக் கண்டவன் வழிய மாட்டான். சொன்னா எங்கே புரியுது? புடவை கட்டினாலும் சின்னப்பொண்ணாட்டம்தான் தெரிவேன்னு தலகனமா சொல்லுவா. சேகராவது இவங்கள உன் தங்கச்சியான்னு கேட்டான், மத்தவங்க? இவங்களோட இனிமேல் கோவிலுக்கு சினிமாவுக் கெல்லாம் எப்படிப் போறதுன்னு அன்னிக்குத் தோணுச்சி.

வெளியே மழை வலுத்தது. வேடிக்கை பார்க்க நன்றாக இருந்தது. மழைக்கு வேகமாக நடந்து வந்துகொண்டிருந்தாள் கர்ப்பிணிப் பெண் ஒருத்தி. அத்தனை வேகமாய் இருந்தாலும் கூட வந்துகொண்டிருந்த இன்னொரு பெண் கை வீசினாள். பட்டு

விடக்கூடாது என்று கவனமாய் நடந்துவந்து கொண்டிருந்தாள். சித்தியும் இப்படித்தானே செய்தாள். திருமணம் முடிந்து தீபாவளி சமயம் வீட்டுக்கு வந்த சித்தியிடம் ஏதோ மாறி இருந்தது. அவளுடனே எப்போதும் இருந்த சித்தப்பாவைக் கொஞ்சம்கூட பிடிக்கவில்லை. முன்பை விட அதிகம் பொலிவாய் மாறியிருந்த அவளிடம் முன் போல சுவாரஸ்யமான பேச்சு எதுவுமில்லை. அடிக்கடி வாந்தி எடுத்துக்கொண்டிருந்தாள். அம்மாவிடம் சமையல் பற்றியே பேசினாள். எப்போதும் இல்லாத சுத்தம் சுத்தம் என்று பேச்சும் நடவடிக்கையும் அப்போதிருந்துதான் தொடங்கியது. அவள் துடைத்துவைத்த அடுப்பு மேடையில் என் முகம் தெரிந்தது. அதற்குமுன் வந்த செண்பா என்னோடு விளையாடுவாள். அன்று வந்த செண்பா அம்மாவுடன் அடுப்படியில் இருந்தாள் அல்லது படுக்கையறையில் உறங்கிக் கொண்டிருந்தாள். இரவு படுக்கப்போகும் முன்னர் கதைகள் எதுவும் சொல்லவில்லை. ‘அக்கா, இன்னிக்கி இவனை உன்னிடமே படுக்க வைச்சிக்க. வயித்துல தெரியாம உதைச்சிட்டா,’ என்று சொன்னாள்.

குளியல் அறையிலிருந்து வெளியில் வந்து கண்ணாடியில் முகம் பார்த்தேன். கொஞ்சம் ரௌடி கலைதான் தெரிகிறது. சேகர் எப்போதும் சொல்வதுபோல மாமா மாதிரிதான் இருக்கிறேன். தாடியை எடுத்தால் கொஞ்சமாவது இருப்பத்தி நான்கு வயசுப் பையன்போல தெரியலாம். இல்லன்னா பத்து வயது அதிகமாகத்தான் தெரியறேன், தோசை சுடும் சத்தம் வந்தது. பாட்டி சாப்பிட அழைப்பது கேட்டது. சித்தி கல்யாணத்துக்கு முன்னர் எங்க வீட்டுக்கு வரும்போது மெல்லிசாக நெய் ரோஸ்ட் போட்டுக் கொடுப்பாங்க. பட்டாம் பூச்சி வடிவத்தில் ஒரு நாள். ஸ்பூன் வைச்சு சின்னச் சின்னதா ஊத்தின தோசை இன்னொரு நாள் என்று அசத்துவாங்க. தோசை மட்டுமில்ல, புதுசா புதுசா என்னென்னவோ சமைச்சித் தருவாங்க. சாப்பிட்டுக்கிட்டே இருக்கலாம், கணக்கே தெரியாது. போதும் என்று சொல்லும்போது, ‘போதும் என்று மனசு சொன்னப்பறம் சட்டியில் இருக்கும் தோசையோடு முடிக்கணும், இதுவும் உனக்குத்தான்” என்று சொல்லி இன்னொன்றும் ஊத்திப் போடுவாங்க. ஆனால் அதே சித்திதான் அவங்க வீட்டில் இருந்த சமயம், ரசத்தைக் கொஞ்சம்கூட மிச்சம் வைக்காம குடிச்சிட்டேன்னு ‘ரசம் ஒரு கிண்ணம் நிறைய இருந்துச்சே, அவ்வளவுமா குடிப்ப? மீதி வைச்சிருந்தா, ஃபிரிட்ஜ்ல வைச்சிட்டு நாளைக்குத் துவையல் அரைச்சி விட்டுருப்பேன். இப்போ நாளைக்கும் முழுச் சமையல் பண்ணணும்’ என்று மூஞ்சிய காட்டினா. அம்மா இறந்து போனப்பறம் அப்பா வேற கல்யாணம் பண்ணிக்கிட்டது பிடிக்காம அன்பைத் தேடித்தானே சித்தி வீட்டுக்கே போனேன்.

துடைத்த துண்டைப் பின்னாடி பால்கனியில் காயப்போடப் போனபோது அங்கே அமர்ந்திருந்த பூனை மெல்ல வந்து காலை உரசியது. கொடியில் ஓரமாய் சித்தியின் உள்ளாடைகள் காய்ந்துகொண்டிருந்தன. மீண்டும் காலை உரசிய பூனையை "சீ தூரப் போ" என்று விரட்டினேன். துண்டைக் கொடியில் போட்ட போது கொடி ஊஞ்சல் ஆடியது. கிளிப்புகளில் பட்ட காற்று கிண்கிணியிலிருந்து எழும் சங்கீதம் போன்ற ஒலியை எழுப்பியது. உள்ளாடைகள் கீழே விழுந்தன. 'இதை வேற இடத்தில் காயப்போட்டா என்ன? வெளியில இருந்து பார்க்கும்போது எல்லோர் கண்ணிலும் படுமில்லையா,' என்று தோன்றியது. 'பாட்டி இதே எடுத்து மறுபடி காயப்போடுங்க,' என்று சத்தமாகச் சொன்னேன். பூனை அருகில் வர எட்டி உதைத்தேன். கோரமாய்ப் பல்லைக் காட்டிக்கொண்டு மியாவ் என்று மிரட்டும் தொனியில் கத்தியவாறு அங்கிருந்து மெல்ல வெளியே போனது. சாப்பாட்டு மேசையருகே வந்தேன். 'சாப்பிட வா' என்று பாட்டி கூப்பிட்டபோதே தட்டில் இரண்டு தோசை இருந்தது. ஏதேதோ யோசித்துக்கொண்டே வந்து அமரும் முன்னர் அடுத்த தோசையை எடுத்துக்கொண்டு அசைந்து அசைந்து பாட்டி வந்தாள். பாட்டிக்கு வலது கால் கொஞ்சம் வளைந்து போயிருந்தது. கஷ்டப்பட்டு நடப்பதுபோலத்தான் தோன்றும் எனக்கு. ஆனாலும் அம்மா எப்போதுமே சூடான தோசையைத்தான் அவனுக்குக் கொடுப்பாள். ஆறியதை அவள் சாப்பிட்டுவிடுவாள். அம்மா போல யாருமே வர மாட்டாங்க. இந்தப் பாட்டிதானாகட்டும் நான் சாப்பாட்டு மேசைக்கு வந்தவுடனேயாவது ஊற்றியிருக்கக் கூடாதா? தோசை ஆறிய வெறுப்பில் பார்த்தால், தொலைக்காட்சியில் ஏதோ சாமிப் பாட்டு ஓடிக்கொண்டிருந்தது. ரிமோட் தேடினேன்.

"அவங்க வீட்டுல மாதிரி ரிமோட் அவங்க கையில மட்டும்தான் இருக்கணும்; இங்கேயும் அதிகாரம் பண்ணறாங்கல. ரிமோட்ட எங்க எடுத்து ஒளிச்சி வைச்சி இருக்காங்க, காணோம்."

"எப்போ பாரு, அவள கரிச்சி கொட்டிக்கிட்டே இரு. அங்கதான் இருக்கும் பாரு."

"கிடைக்கல. இதுக்குத்தான் என்னோட ரூம்ல ஒக்காந்து சாப்பிட்டுக்கிறேன்னு சொல்றது. உங்க சீரியல், கோவில், குளம் இதோடல்லாம் என்னால மாரடிக்க முடியலன்னுதான் என் ரூம்ல தனி டி வி மாட்டி வைச்சிருக்கேன்."

"உன் ரூம்ல நீ உட்கார்ந்து சாப்பிட்டா அங்க வர ஒவ்வொரு தோசைக்கும் என்னால நடந்து வர முடியுமா? தோச கருகிடும் வேற."

அவன் இழுத்த இழுப்புக்கு டர்ர்ர்ர்ர் என்று அவன் கோபத்துக்குப் பின்னணி இசைத்தது சாப்பாட்டு மேசையுடன் இருந்த நாற்காலி.

வெளியில் வந்து இரு சக்கர வாகனத்தை எடுக்கும்போது இரண்டு புறமும் இருந்த வீடுகள் எல்லாவற்றிலும் காலை நேரத்துப் பரபரப்பு கொஞ்சம் அடங்கி இருந்தது. பவளமல்லி கொட்டிக் கிடக்கும் அந்த வீட்டு மாமி தன் வீட்டுக்காரருக்கும் பள்ளி போகத் தயாராகக் கிளம்பியிருந்த பிள்ளைக்கும் டாட்டா காட்டிக்கொண்டிருந்தாள். இடுப்பில் இன்னொரு குழந்தை தூங்கி வழிந்துகொண்டிருந்தது. சின்னக் குழந்தை மட்டும்தான் எப்போதும் தூங்க வேண்டுமா என்ன? அம்மா இறந்துபோன பின்னர் வீட்டில் எந்த நேரமென்று தெரியாமல் தூங்கிப் பழகியிருந்தேன். தூக்கம் வந்தால் தூங்குவது அவ்வளவு தவறா? கைக் கடிகாரத்தைப் பார்த்தேன். அது ஆறு மணிக்கு நின்றுபோயிருந்தது. பேட்டரி மாற்ற வேண்டுமென்று நேற்று இரவே நினைத்திருந்தேன். இந்த ஆறு மணிதானே!! இதனை எப்படி மறக்க முடியும்? சித்தி வீட்டில் படிக்கத் தங்கியிருந்தபோது ஒருநாள் சாயுங்காலம் ஆறு மணிக்குத் தூங்கிட்டேன். கொஞ்ச நேரத்தில் தடபுடவென்று சத்தம் கேட்டுத் திடுக்கிட்டு எழுந்துபோய்ப் பார்த்தேன். கிரைண்டர் அவ்வளவு சத்தமாக இதுவரை ஓடியதில்லை. “வீடு கோவில் மாதிரி; வெளக்கேத்தற நேரம் தூங்கலாமா? “ஆறு மணின்னா கண்டம்போல உனக்கு. திடீர்னு ஆறு மணிக்குப் பசிக்குதுங்கிற, ஆறு மணிக்குத் தூங்கற. இதெல்லாம் உன் வீட்டில் செய்வீயா,” என்று சித்தி கேட்டபோது அவள் வழித்துக்கொண்டிருந்த மாவில் கொஞ்சம் கிரைண்டர் ட்ரம்மின் பக்கவாட்டில் விழுந்து ட்ரமோடு சேர்ந்து சுற்றிச் சுவர் மீது சிதறியது. வீட்டிலிருக்கப் பிடிக்காமல் வெளியேறினேன். எங்கோ வெகுதூரம் நடந்துபோய்க்கொண்டிருந்தேன். ஒரு கோவில் வந்தது. அப்படியே அமர்ந்தேன். அங்கே அம்மா இருந்தாங்க. ‘நான் இருந்தபோது இன்னும் கொஞ்சம் என்மேல் பாசமா இருந்திருக்கலாம்ல. உன்னை விட்டுப் போயிருக்கவே மாட்டேன்’ன்னு சொல்லிட்டு மறைஞ்சிப் போயிட்டாங்க. அம்மா அம்மா என்று வேகமாகத் தேடி ஓடினேன். ஏதோ கல் இடறியது. கீழே விழந்ததுபோல இருந்தது. சட்டுன்னு முழிப்பு வந்தபோது பார்த்தா இரண்டு மணி. கனவில் கால் விரலில் அடிபட்ட இடத்தில் காயம் எப்படி வந்தது? அப்ப நிஜவே அம்மா வந்தாங்களா? இப்போ அம்மா இல்லையா?

இரு சக்கர வாகனத்தைத் தள்ளிக்கொண்டு வெளியே வந்து கிளம்பும் ஆயத்தமாக அதில் ஏறி உட்கார்ந்து உதைத்தேன். இரண்டு மூன்று உதை வாங்கியும் வண்டி கிளம்பினபாடில்ல.

காலங்காத்தாலே இவங்க மூஞ்சில முழுச்சி எதுவும் பிரச்சனை ஆனாலே இப்படித்தான். எதுவுமே சரியா ஆகறது இல்ல. ஓங்கி உதைத்தேன் 'ரூம்ம்ம்' என்று கிளம்பத் தயாரானது. வண்டி ஓடத் தொடங்கியதும் நிம்மதியாக இருந்தது. தெருவைத் தாண்டி இருக்க மாட்டேன், சைக்கிள் விட்டுப் பழகிக்கொண்டிருந்த அந்தப் பையன் என் மேல் நேரே வந்து மோதினான். 'அய்யோ அடி பட்டுடுச்சா' என்னை அறியாமல் கத்திவிட்டேன். அந்தப் பையன், "சாரி அண்ணா, என் மேலதான் தப்பு." என்று எழுந்துபோனான். நான் இரு சக்கர வாகனம் பழகினபோது சித்தப்பா வண்டியில்தான் பழகினேன். சித்தப்பாவுக்கு அவரோட ஓட்டை ஸ்கூட்டரை நான் எடுத்தாலே பிடிக்காது. ஓட்டை ஸ்கூட்டருக்கே அப்படி! இன்னும் உயர்தர வண்டியா இருந்திருந்தா? சித்திக்கும் பிடிக்காதுன்னுதான் நினைக்கிறேன். ஆனா ஒன்னும் சொல்ல மாட்டாங்க. ஒருமுறை டபுள்ஸ் பழகணும்னு அவங்களை வற்புறுத்தி ஏத்திட்டுப் போனேன். ஓட்டத் தெரியாமல், அளவெல்லை நிதானம் இல்லாமல் ஓட்டி மின்சாரக் கம்பத்துல அவங்க கால் மோதி நல்லா அடிபட்டது. 'அய்யோ ரத்தம் கொட்டுதே' அங்கே போயிட்டு இருந்தவங்க சொல்றாங்க. எனக்குக் கொஞ்சம்கூடப் பதற்றம் வர்ல. உடனே வீட்டுக்குப் போயிட்டா போதும்ன்னு தோனுச்சி. நல்ல வலி போல, சித்தி ஸ்ஸ்ன்னு சொல்லிட்டே வந்தாங்க. ஆனா எனக்கு எதுவுமே உறைக்கல. அவங்கள டாக்டர்கிட்ட கூட்டிட்டுப் போகணும்னு தோணல. அப்பறம் கால்ல கட்டு போட்டு இருந்தப்ப கூட விசாரிக்கல. ஆனா சின்ன வயசுல வீட்டுக்கு வந்து ஒருநாள் அம்மா வீட்டில் இல்லாதப்ப, பசிக்குதுன்னு சொன்னப்ப பிரட் உப்புமா பண்ண நெய் புட்டியை எடுத்தபோது அது கீழே விழுந்து உடைஞ்சிப் போச்சு. அதைச் சுத்தம் பண்றேன் பேர்வழின்னு கையில் நெய் புட்டியின் கண்ணாடித் துண்டு குத்தி ரத்தம் வந்தபோது நானும் அழுதேன். அம்மா வந்து எதுக்கு அதிக பிரசங்கித்தனம்ன்னு நெய் கொட்டினதுக்குத் திட்டுனாங்க, அப்பக்கூடக் கைய கிழிச்சிட்டாங்க, அது பத்திக் கேட்காம நெய் போச்சுன்னு திட்டுனாங்களே, செண்பக்கா பாவம் என்னாலதானேன்னு நினைச்சேன்.

பழைய மகாபலிபுரம் சாலையில் சித்தியோட அலுவலகத்துக்கு வளாகம் கொஞ்சம் தொலைவில் தெரிந்தது. பவளக்குறிஞ்சி மலர்கள் செண்டுபோல மலர்ந்திருந்தது கண்ணைக் கவர்ந்தது. பார்க்க அலங்காரமாகவும் இருந்தன. ஊதா தேன்சிட்டு இரண்டு அந்த மலர்ச் செண்டுகளில் அமர்ந்திருந்தன. என்ன நினைத்தனவோ? அவை பறந்து வந்து, சாலையோரம்

பளபளத்த பெரிய பதாகை மேல் தொத்தி அமர்ந்தன. அதில் சிநேகா காதுவரை சிரிக்கும் நகைக்கடை விளம்பரம். அன்னிக்கி என் தோழன் பெருமாள் வீட்டுக்கு வந்திருந்த போது சித்தி சிரித்ததும் இப்படித்தான் இருந்தது. 'ஏய் உங்க சித்தி ரொம்ப அறிவாளிடா, செம விஷயம்டா. அவங்க சொன்ன விஷயம் நமக்கு எவ்வளவு யூஸ்புல்லா இருக்கும் தெரியும்மா,' ன்னு பெருமாள் சொன்னதும், 'நீ விஷயத்தைச் சொல்லு நான் அது நமக்கு யூஸ்புல்லா யூஸ்லெஸ்ஸான்னு யோசிச்சிச் சொல்றேன்'னு சொன்னேன். அது நான் நினைத்த அளவுக்கு எரிச்சலை வெளிப்படுத்தவில்லை. இன்னும் உறைக்கும்படி, தெறித்து ஓடும்படி ஏதாவது சொல்லி இருக்க வேண்டும். அப்போதாவது என் நண்பர்களிடம் காட்டும் அதிகப்பிரசங்கித்தனத்தைக் கொஞ்சம் மாற்றிக்கொள்வாளா? எனது அலுவலக வளாகம் நெருங்குவதை விஷமூங்கில் புற்றுகளிலிருந்து வரும் நறுமணம் உணர்த்தியது. அதையும் மீறி கண்ணகி நகர் வண்ணான்துறை அருகில் ஓடிக்கொண்டிருந்த பக்கிம்ஹாம் கால்வாயின் நாற்றம் ஹெல்மெட்டைத் தாண்டி மூக்கைத் தொலைத்தது. ஒரு காலத்தில் பக்கிங்ஹாம் கால்வாயில் நல்ல தண்ணீர் ஓடியதாம்; இருக்கலாம்!

கனலி, செப்டம்பர் 2019